இளையராஜா:
இசையின் தத்துவமும் அழகியலும்

பிரேம் – ரமேஷ்

டிஸ்கவரி புக் பேலஸ்

கே.கே.நகர் மேற்கு, சென்னை - 600 078.
(பாண்டிச்சேரி கெஸ்ட் ஹவுஸ் அருகில்)
Ph: 044-4855 7525 Mobile: +91 87545 07070

இளையராஜா: இசையின் தத்துவமும் அழகியலும்
ஆசிரியர்: பிரேம் - ரமேஷ்©

Ilaiyaraja: Isaiyin Thaththuvamum Azhagiyalum
Author: Prem - Ramesh©

First Edition: Dec - 1998 (செம்புலம் பதிப்பகம்)
Second Edition: Apr -1999 (செம்புலம் பதிப்பகம்)
Discovery Book Palace
First Edition: Apr - 2016
First Edition: Jan - 2021

Pages: 120
ISBN: 978-93-84301-71-2
Cover Design: Narendran
Book Design: Discovery Team

Discovery Book Palace (P) Ltd,
6, Mahaveer Complex, Munusamy Salai,
K.K.Nagar West, Chennai-600 078.
Ph: +91 - 44-4855 7525
Mobile: +91 87545 07070

E-mail: **discoverybookpalace@gmail.com,**
Website: **www.discoverybookpalace.com**

Rs. 120

பதிப்புரை

இளையராஜாவின் இசை இரண்டு தலைமுறைகளைக் கடந்து இப்போது மூன்றாவது தலைமுறையினரிடம் ஒலித்துக் கொண்டிருக்கிறது. இன்னும் பல தலைமுறைகளைத் தன்வசப்படுத்திக்கொண்டே நகரும் வல்லமை கொண்டது அவரின் இசை.

எனது பிரமிப்பெல்லாம் இந்தச் சிறிய புத்தகத்தில் இந்த அளவு இசையைப் பற்றிப் பேச முடிந்திருக்கிறதே என்பதுதான். இசையை வெறும் சத்தம், ஓசை என்ற அளவிலேயே கேட்டு, ரசித்து சிலாகித்துவிட முடிகிறது. இசை ஒரு தத்துவம், அது ஒரு கலாச்சாரம், ஒரு காலத்தின் வரலாறு என்னும் அளவில் புரிந்துகொள்ள முடிவதுதான் இந்நூலின் வெற்றி. இந்நூலைப் படித்துக்கொண்டே வரும்போது பிரேம்-ரமேஷ் அவர்களின் கேள்விகளும் இளையராஜாவின் பதில்களும் வாசகர்களுக்கு ஒருவகை இசைமயக்கத்தை உண்டாக்குவதோடு, அது பற்றிய தெளிவையும் வழங்கி காட்சியாவதை உணரலாம்.

1998 ஆம் ஆண்டு இசைஞானி அவர்களின் இசையைப் பற்றிய புரிதல்களை ஏற்படுத்த இந்தப் புத்தகத்தை பிரேம்-ரமேஷ் எழுதினார்கள். அப்போது செம்புலம் பதிப்பாக வெளிவந்த "இளையராஜா: இசையின் தத்துவமும் அழகியலும்" இப்போது புதிய பதிப்பாக 'டிஸ்கவரி புக் பேலஸ்' நிறுவனம் மூலம் வெளிவருவதில் பெருமகிழ்ச்சியடைகின்றோம். இப்புத்தகம் வெளிவர ஒப்புதலளித்த பிரேம்-ரமேஷ் இருவருக்கும் நன்றிகள் பல. அட்டை வடிமைப்பு செய்த ஓவியர் நரேந்திரன், நூலை விளக்கிச் சொன்ன கவிஞர் மாலதி மைத்ரி மற்றும் இந்நூலை அழகுற வடிவமைத்த R.பிரகாஷ் ஆகியோர்க்கும் எமது நன்றிகள் !

மு.வேடியப்பன்
'டிஸ்கவரி புக் பேலஸ்'

அணிந்துரை

இசையில்லாத ஒரு நாடகத்தையோ முக்கியமாக ஒரு திரைப்படத்தையோ தமிழனால் நினைத்துப் பார்க்க முடிவதில்லை.

இப்போது நாடகம் மட்டுந்தான்; முன்பெல்லாம் இசை மழை கொட்டும், "சங்கீத கோவலன் நாடகம்" இப்படி. மூணாவதுபட்சம்தான் நடிப்பு! ரெண்டாவது பேச்சு (வசனம்)

சங்கீத நாடகம், நாட்டிய நாடகம், பேச்சு நாடகம் இப்படிப் பிரிக்கலாம். (நிஜ நாடகம் நேற்று வந்தது)

பூர்வீக நாடகக் கலையாளர்களிடமிருந்து முளைத்து வந்த நமது திரைப்படத்துறைக்கு அதன்–முன்னதின்–ஜாடை அப்படியே இறங்கி வந்து விட்டதில் வியப்பேதும் இல்லை.

காலம் மாற மாற திரைப்படத்துறையில் பாட்டும் பேச்சும் வற்ற ஆரம்பித்தது. ஏட்டுநடைப் பேச்சாக இருந்த வசனம் மக்கள் மொழிப் பேச்சாக மாற ஆரம்பித்தது.

கவிதைத் துறை என்று இருப்பதுபோல திரைப்படத்துறை என்ற ஒரு புதிய துறை வந்தது.

இந்தப் பாடல்களுக்கு இசை அமைப்பது என்கிற நுண்கலையில் தேர்ந்த ஞானஸ்தர்கள் ஏற்பட்டார்கள்.

இதின் மூன்று வகைகள் உண்டு.

1. பாடல் இறங்கும்போதே இசையோடு வார்த்தையும் வர்ணமெட்டும் தாளத்தோடு ஜனிப்பது.

2. வர்ணமெட்டை உண்டாக்கிக் கொண்டு அதில் வார்த்தைகளைப் போட்டு அஞ்சறைப் பெட்டியில் சாமான்களை நிரப்புவதுபோல நிரப்புவது.

3. வந்த சாமான்களை வகைப்படுத்தி வைக்க அஞ்சறைப்பெட்டி செய்வதுபோல புதுசாக வர்ணமெட்டு அமைப்பது.

பாடலும் வர்ணமெட்டும் உன்னதமாக அமைந்துவிட்டால் தேவாமிர்தம் கிடைத்துவிட்டது போலத்தான்.

இந்தத் திரைஇசை அமைப்பாளர்கள் நமது சுயம்பான கர்னாடக ராகங்களை அல்லது அந்த ராகங்களின் சாயல்களைக் கையாளுகிற 'மாஜிக்' இசை அறிந்தவரை பரவசப்படவும் வியக்கவும் வைத்துவிடும். பாபனாசம் சிவன் காலத்தில் ராகங்கள் தெரியும்படி மெட்டு அமைத்தார்கள் என்றால், அடுத்து வந்த தலைமுறைக்காரர்களான திரைஇசை விற்பன்னர்கள் ராகச் சாயல்களை இலைமறை கனியாக, கேட்பவர் மெய்மறந்து போகும்படியாக வர்ணமெட்டமைத்தார்கள். முக்காடு என்பது முகத்தை மறைக்கவே என்றாலும் அதே மறைப்பு முக அழகை அதிகப்படுத்தவே என்பதுபோல அமைந்தது அது. வித்வான்களிடம் குடி கொண்டிருக்கும் கர்னாடக இசை வர்ணமெட்டுகளைப் போல மக்களிடம் நாட்டுப்புற இசைவர்ண மெட்டுகள் ஏராளமாக உண்டு. அவைகளைத் தேடித் தேடி கவனம்செய்து மனசில் வாங்கி பதிவுசெய்துகொண்ட ஞானியரில் மகாஞானி நம்முடைய இளையராஜா அவர்கள். நமது மண்ணிலிருந்து முளைத்தவர் அவர்.

* * *

பாடல்களுக்கு இசை அமைப்பது என்பதைப் போலவே காட்சிகளுக்குப் பின்னணிஇசை அமைப்பது என்கிற வித்தை பெரிதும் கைவரப்பெற்றவர். இதில் இவருக்கு நிகர் இவரே.

சலனப்படம் என்பது காட்சி ரூபம், ஒலிரூபம் இரண்டும் சேர்ந்தது.

படம் பார்ப்பது, சலனம் கேட்பது, ஓர் ஒலி ரூபத்தைக் கொண்டு மனதிலோ திரையிலோ ஒரு காட்சியைக் கொண்டு வர முடியுமா. முடியும் என்று நிரூபிக்கப்பட்டிருக்கிறது. பூபாளம் இசைத்தால் அதிகாலை நேரம் மனக்கண்ணில் தோற்றமாகிறது.

ஒலி ஒரு காட்சியைக் கொண்டு வருவதுபோல மணம் (வாசம்) கூட மனக்கண்ணில் காட்சியைக் கொண்டு வரும். நாக்கில் படும் ருசியும் மனசினுள் ஒரு காட்சியைக் கொண்டுவந்து நிறுத்தும்.

புலன்கள் விந்தையானவை!

இப்போது நவீன நாடகங்களில் ஒளி உத்தி அற்புதமாகப் பயன்படுத்தப்படுகிறது. திரை பிம்பங்களுக்கோ ஒலி உத்தி மிக அற்புதமாக கையாளப்படுகிறது. இந்தக் கலையை மிகச் சரியாக

உயர்த்திக்காட்டியவர் பண்ணைப்புரத்து ராஜா அவர்கள்தான். இதில் அவர் செய்து காண்பித்த ஜால வித்தைகள் அர்ச்சுனன் கை பாணங்களுக்கு நிகரானவை.

* * *

'கதை சொல்லி' இதழுக்காக இசைஞானி அவர்களை ஒரு நேர்காணல் என்று பார்க்கச் சென்றுவந்த எழுத்துலக பிரம்மாக்களான பிரேமும் ரமேஷும், ஒரு பச்சிலைச் செடியைக் கொண்டுவரப் போன அனுமன் சஞ்சீவி மலையையே பெயர்த்துக் கொண்டு வந்ததுபோல ஏகப்பட்ட இசைச் செய்திகளோடு புதுவை திரும்பினார்கள். இந்த சிறிய புத்தகத்தைப்போல இன்னும் சில புத்தகங்கள் எழுத உள்ளார்கள் என்பது இப்போதைக்கு ஒரு செய்தி.

இளையராஜா அவர்களின் இசைப்படைப்புகள் பற்றி இப்புத்தகத்தில் ஓர் அளவே சொல்லப்பட்டிருக்கிறது.

எதிர்காலத்தில் இவர் கர்னாடக இசைக்கு-தமிழிசைக்கு- பிரமாதமான புதிய புதிய வர்ணமெட்டுகள் செய்து தரப் போகிறார். இவைதான் இவர் இதுவரை படைத்திருக்கும் இசைப் படைப்புகளின் சிகரங்களாகத் திகழும் என்பது எனது நம்பிக்கை.

பிரியமுள்ள ராஜாவுக்கு எனது ஆசிகளும் வாழ்த்துகளும்.

இசைப்பித்தன்

கி.ராஜநாராயணன்

28-11-1998
புதுவை – 8

முதற் பதிப்பின் பதிப்புரை

இந்த யுகத்தில் ஒவ்வொன்றிற்குமான தோற்றம், பிறகு அதனதற்கான பங்களிப்பு, பின் அதன் மறைவு. இவைகள் ஒவ்வொரு நொடியும் நிகழ்ந்துகொண்டேதான் இருக்கின்றன. இந்த இசையும், இலக்கியமும் மற்ற கலை வடிவங்களும் இல்லாமல் போயிருந்தால் மனிதனின் வாழ்க்கை என்பது என்னவாய் இருந்திருக்க முடியும்? விதவிதமான சோத்துப் பண்டங்களை தின்றுவிட்டு கொழுப்பேறி அடித்துக் கொண்டு மாய்ந்துகொண்டேதான் இருப்பான்.

என்னுடைய ஒவ்வொரு பருவத்தையும் நான் நினைவூட்டிக் கொள்ள எனக்கு எது உதவுகிறது. மொத்தத்தில் வாழ்ந்த வாழ்க்கை என உடனே சொல்ல முடிகிறது. உண்ட உணவு, பார்த்த காட்சி, பழகிய பழக்கங்கள், வளர்ந்த இடங்கள், அந்த காலத்தில் விளையாடிய விளையாட்டு அதோடு அனுபவித்த இசை இதெல்லாம் எத்தனையோவிதமான மாற்றங்களை நிகழ்த்திக் கொண்டே இருந்தன. குறிப்பாக, இளம்பருவத்தில் ரசித்த இசையை திரும்பக் கேட்கும்போதெல்லாம் கொஞ்ச நேரம் அந்த காலத்திற்குப் போய் வாழ்ந்துவிட்டுத்தான் திரும்ப வேண்டியிருக்கிறது.

இளையராஜா என்கிற சொல் அனைத்து உயிரினங்களையும் ஆட்டிப் படைத்திருக்கிற உண்மையை யாரால் மறுக்க முடியும். அவருடைய இசையின் பங்களிப்பைப் பற்றி நாம் பட்டியல் போடுவதும், அதைப்பற்றி நான் மெனக்கிட்டு உட்கார்ந்து எழுதுவதும் தேவையின்றி வலுக்காட்டாய மறு அறிவிப்பு செய்வது மாதிரிதான்.

மனித வாழ்க்கையில் அதி முக்கியமான கண்டுபிடிப்பான இந்த திரையில், தினம்தினம் ஏதாவதொரு படைப்பை மீட்டெடுத்துக் கொண்டிருக்கிற கலைஞன் என்கிறமுறையிலும் ஒருசில விஷயங்களை என்னால் சொல்லாமல் இருக்க முடியவில்லை.

பத்திரக்கோட்டையிலிருந்து நான் என்ன கொண்டுவந்தேனோ அதையேதான் அவரும் பண்ணைப்புரத்திலிருந்து கொண்டு

வந்தார். அதன்பிறகு என்னோடும் அவரோடும் சேர்ந்துகொண்ட விஷயங்களை ஒன்றுபடுத்திப் பார்க்காமல் என்னால் இருக்க முடியவில்லை.

பின்னணி இசைச் சேர்ப்பு என்கிற போர்வையில் எதையாவது நாலு இசைக் கருவிகளை மீட்டி சத்தத்தை ஏற்படுத்தி தொழில் நடத்திக் கொண்டிருந்த வேளையில் திரைக்கலையில் ஒவ்வொரு பகுதிக்குமான பங்களிப்பு முழுமையாக இல்லாதவேளையில் இவரின் இசை வந்து ஒவ்வொரு பாத்திரத்தையும் நமக்கு அறிமுகப்படுத்தி, ஒவ்வொரு கதை வடிவத்துக்கும் ஏற்ற மாதிரியான ஓர் இசையை உருவாக்கி, திரைப்படத்தை அதன் உன்னத நிலைக்கு கொண்டுபோய்ச் சேர்த்தார்.

ஒரு நடிகரும், ஒரு இயக்குநரும், ஒரு ஒளிஓவியனும் முயற்சி செய்து வரவழைக்கமுடியாத பிரம்மை, கனவு, கோபம், மன இறுக்கம், தலைகுனிவு, அதிர்ச்சி, ஆக்ரோஷம், அயர்வு, வெற்றி, வீராப்பு, வேகம், சுமை, தோல்வி போன்ற இப்படியான உணர்வுகளை எல்லாம் இசையின் மூலம் உயிர்ப்பித்தவர்.

நான் பணியாற்றிய இரண்டாவது திரைப்படமான ‘தர்மசீலன்’தான் எனது பெயரையும் இளையராஜாவின் பெயரையும் அருகருகில் கொண்டுவந்து சேர்த்தது. இசைச் சேர்ப்புக்கு முன்பிருந்த ‘மோகமுள்’ திரைப்படத்தையும், இசை சேர்ப்புக்குப் பின் உருவான திரைப்படத்தையும் கண்டபின்தான் என்னால் இசையின் முழுமையான பங்களிப்பை உணர முடிந்தது. பிறகு ‘கருவேலம் பூக்கள்’ ‘ஊடாக’ (குறும்படம்) போன்ற படைப்புகளுக்குப் பிறகு எனக்கு இளையராஜாவுடன் நான் பணிபுரியாத திரைப்படங்கள் எனக்கு சலிப்பையும், விரக்தியையும், அயர்வையும் சொல்லமுடியாத சோகத்தையும் கொடுத்தன. ஒரு கலைஞன் என்கிறமுறையில் ஒவ்வொரு படத்துக்கும் எவ்வளவு பெரிய இழப்பு என்பதை உணர்ந்தேன். ‘ஊடாக’ குறும்படத்தில் பாய்ச்சலூர் பழங்குடி மக்களின் அவர்கள் உருவாக்கிய அதே இசைதான் அந்த முழுக்காட்சிக்கும் மிகப் பொருத்தமானது எனச் சொல்லி இசைச் சேர்க்க மறுத்த நிகழ்ச்சிக்கான பொருள் அந்தப் படத்தை முழுமையாக இசைச் சேர்ப்புக்குப்பின் பார்த்தபோதுதான் புரிந்தது.

கி.ரா.வின் எழுத்து எதைச் சொன்னதோ, எதைச் சாதித்ததோ அதையேதான் இவரின் இசையும் சொன்னது அதையேதான் சோதித்தது என உணர்கிறேன்.

கி.ரா என எழுதவே என்னவோ செயற்கையாக இருக்கிறது. அப்பா என அழைப்பது மாதிரியே சொன்னால்தான் என்னால் எழுதமுடிகிறது. ஐந்தாறு ஆண்டுகளுக்குமுன் ஒருநாள் இளையராஜா பற்றி அப்பாவிடம் என்னமோ கேட்டேன். அப்பாவுக்கும் கொஞ்சம் இசையில் நாட்டமுண்டு என்பதாலும், முறையாக கற்றுக் கொண்டு அதை செயல்படுத்தாமல் போனவர் என்பதாலும் கேட்டேன். சாதாரண ஒரு சினிமாப் பாட்டு போட்டுத் தருகிற ஆட்கள் பட்டியலில் சேர்த்துவிட்டாயே என என்னிடம் கோபப்பட்டார். அந்த நிகழ்ச்சி வெறும் சினிமாப்பாட்டு வெறியனாக இருந்த என்னை ஒவ்வொரு இசையையும் நுட்பமாக கவனிக்க வைத்தது. இந்த நூற்றாண்டின் இணையற்ற இந்த இரண்டு கலைஞர்களையும் இணைத்து சந்திக்கவைத்த வாய்ப்பு பாக்கியம் எனக்குக் கிடைத்ததில்தான் என் வாழ்நாளில் மிகப் பெரிய மகிழ்ச்சி. வெகுகாலம் இவர் சொல்வதை அவரிடமும் அவர் செய்வதை இவரிடமும் சேர்த்துக் கொண்டு வெறும் தூதுவனாக இருந்த எனக்கு, இரண்டு பேரும் ஒன்றாக அந்த இசைக்கருவிகளின் பக்கத்தில் உட்கார்ந்து உரையாடி உரையாடி பின்பு, பசியை அடக்க முடியாமல் ஒன்றாக உட்கார்ந்து சாப்பிட்டு இவ்வளவு காலம் பேசாமலிருந்ததையெல்லாம் பேசி களைத்துப் போயிருந்த நேரத்தில் கேமிராவைக் கொண்டுவந்து நான் படமெடுக்க முற்பட்டதும் சாப்பிட்ட களைப்பைக்கூட மறந்து இளைஞராகி சுறுசுறுப்போடு படமெடுத்துக் கொண்ட அப்பாவையும், இளையராஜா அவர்களையும் அவர்கள் மகிழ்ச்சியில் கலந்து கொண்ட என்னையும் உடனிருந்த லெனின் உற்சாகப்படுத்தினார்.

வெகுகாலம் என் மூலமாகவே தூதுவிடப்பட்ட கட்டளையை அன்றைக்கு அப்பாவே நேரடியாகச் சொல்லிவிட்டார். சினிமாவுக்கு நீங்கள் செய்த காரியம் அளவுக்கதிகம். ஆகவே, கர்னாடக இசைக்கு தமிழில் வர்ணமெட்டுகளை நீங்கள்தான் உருவாக்கித் தரவேண்டும் எனக் கேட்டார். இதுவரை அது பலிக்கவில்லை. அப்பா ஒவ்வொருமுறை பார்க்கும்போதும் ஏதாவது அது சம்மந்தமான மகிழ்ச்சிக்குறி என் முகத்தில் தெரிகிறதா எனப் பார்ப்பார். நானும் அப்பாவுக்கு சமாதானம் சொல்லிக் கொண்டிருக்கிறேன்.

அப்பா எனக்கு கோபத்தோடு எழுதியிருந்த கடிதத்தை நான்கு நாட்களுக்குமுன் இளையராஜாவிடம் காட்டினேன்.

அந்த மகா கலைஞனின் முகத்தில் எத்தனைவிதமான உணர்ச்சிகள். மறுபடியும் அந்த வரிகளைப் படிக்கச் சொல்லி கேட்டுக்கொண்டே இருந்தார் அந்த வரி இதுதான்.

இளையராஜா தனது சுயசரிதையை எழுதிக் கொண்டிருப்பதாக ஒரு தகவல். முடிந்தால் அதில் ரசமான ஒரு பீஸை கதை சொல்லியில் கொண்டு வரலாம்.

நான் நினைப்பதுபோல் ராஜா அவர்கள் ஜென்மத்திலும் கர்னாடக இசை வர்ண மெட்டுகள் செய்து வழங்குவார் என்று தோன்றவில்லை எனது ஆசை உடைந்துவிட்டது.

அப்பாவுக்கு என்ன பதில் உங்களிடமிருந்து என காத்திருந்தேன்.

"அவர் சொன்ன மாதிரி கடவுள் எனக்கு அந்த நேரத்தையும் சூழ்நிலையையும் கொடுக்கட்டும் முடித்து வைக்கிறேன்" என தன் பொறுப்பினை உணர்ந்த குரலில் இளையராஜா சொன்னார்.

'கதை சொல்லி'க்காக இளையராஜாவிடம் ஒரு நேர்காணல் செய்து தரும்படி ரமேஷ்-பிரேம் இருவரையும் அப்பா அனுப்பி வைத்திருந்தார். நேர்காணல் என்பது 'கதை சொல்லி'யோடு மட்டும் போய்விடக்கூடாது அது புத்தகமாகவும் வர வேண்டும் எனவும் சொன்னேன். பிறகு விலாவாரியாக கேள்விகள் கேட்கப்பட்டது. ராஜாவும் வரும்போதெல்லாம் கேட்கும்போதெல்லாம் பக்குவமாக பதிலளித்து உதவினார்.

பிற்பாடு கட்டுரை உருவானது. ஒரு சினிமா இசையமைப்பாளராகவும் அதற்கு மேலும் ஏதோ ஒருத்தர் இளையராஜா என நான் நினைத்திருந்த எண்ணத்தை பிரேம்-ரமேஷின் கட்டுரை உடைத்தெறிந்தது. இந்தப் புத்தகத்தில் ஏதாவது சிறப்பு இருக்கிறதென்றால் அது பிரேம்-ரமேஷ் இருவரும் உருவாக்கியதனால் வந்ததுதான். எந்த ஒரு திரைப்படத்தின் பெயரையோ, ஒரு பாடலையோ குறிப்பிடாமல் இந்தப் புத்தகம் சிறப்புப் பெறுவதாக நினைக்கிறேன்.

இந்தப் புத்தகத்திற்கென நிழற்படங்களை தந்துதவிய 'ஆனந்தவிகடன்' இதழுக்கு நன்றி.

பிறகு ஸ்நேகா பாலாஜி, பொ. வீ, சீனிவாசன் இவர்களுக்கும் மேற்கூறிய நிகழ்ச்சிதான் பொருந்துகிறது. செம்புலம் வளர்ச்சிக்கு மட்டுமல்ல, செழுமைக்கும் காரணமாக இருக்கிறார்கள்.

செம்புலம் பதிப்பகத்துக்கு உரிமையாளராக இருப்பதில் இந்தப் புத்தகத்தின்மூலம் மகிழ்ச்சி கூடுகிறது. இதற்கெல்லாம் மூலக்

கருவியாக இருந்த, இருக்கிற இளையராஜா அவர்களுக்கும் நன்றி மட்டும் இதன் மூலம் பரிமாறிக் கொள்வது நியாயமாகுமா?

இளையராஜா என்கிற ஒரு ஆள் இல்லாமல் போயிருந்தால் என்ன நடந்திருக்கும். இந்தக் கேள்வியை பார்க்கிற நண்பர்களிடமெல்லாம் கேட்டுவிட்டேன். பதிலே இல்லை.

அன்போடு
தங்கர்பச்சான்
04.12.1998

முன்னுரை

இந்திய வரலாற்றில் சில அரிதான அதிசயங்கள் நடந்திருக்கின்றன. மிகப் பழைய உதாரணம் பௌத்தம். மிகப் புதிய உதாரணம் பாபாசாகேப் அம்பேத்கர். இவர் தத்துவம், சமூகவியல், அறவியல், விடுதலையியல் ஆகியவற்றில் இதுவரை உலகம் சந்தித்த பெரும் மேதைகளில் ஒருவர். ஆனால் இந்தியாவில் இவருக்கு இணையாக வேறு யாரும் இல்லை. அரசியல், பொருளாதாரம், அரசியலமைப்பு, உலக வரலாறு, மானுடவியல் போன்றவற்றில் வியப்பூட்டும் மேதமை உடையவர். இவர் அசாத்தியங்களைச் சாத்தியமாக்கியவர். மானுட அறம், விடுதலை என்பதை நோக்கித் தனது அத்தனை ஆற்றலையும் இவர் குவித்ததும் பெரும் வியப்பூட்டும் நிகழ்வு. ஒடுக்கப்பட்ட மக்களுக்காக இவர் தன்னந்தனியாகத் தனது அறிவு, மனம் என்பவற்றின் ஆற்றலை மட்டுமே நம்பி செய்து முடித்தவை அதிகம். ஆகக் கடுமையான ஒடுக்குதலிலிருந்து ஆகத் தீவிரமான மிகைமனித நிலையை நோக்கி எழுந்த இந்த மாமனிதர், இந்திய நம்பிக்கைகள் தம்மளவில் அறிவு, சாதனை என்று கூறிக் கொண்டிருந்த வரையறைகளை ஆவியாக்கி விட்டவர். இவரைப் பற்றிய நினைவுகளுடன் ஆனால் முற்றிலும் வேறு துறையில், வேறு திசையில், வேறு பின்புலத்தில் எமது நினைவை ஆக்கிரமிக்கும் இன்னொரு அதிசயமாக இருப்பவர் இளையராஜா அவர்கள்.

ஒரு சமூகத்தின் மற்ற விடுதலைக்கு முன்பாக மனவிடுதலை முதன்மையானது என்று அம்பேத்கர் கூறியதன் பின்னணியில் மட்டுமல்ல–அசாத்தியங்களை வசப்படுத்தும் சூட்சுமம் அறிந்தவர் என்ற நிலையிலும் இளையராஜா தவிர்க்கமுடியாத அடையாளமாக இருக்கிறார். இந்த அடையாளம் காணலில், ஒரு குறிப்பிட்ட சாதிய விடுதலை, அரசியல் தத்துவம் மட்டுமே காரணமாக இருக்கும் என்று கூறுகின்றவர்கள் உண்மையில் தத்துவம், இசை இரண்டிலும் தன்னுணர்வற்ற பிரக்ஞையற்ற வெறும் கவனிப்பாளர்களாக மட்டுமே இருக்க முடியும். அம்பேத்கரின் மேதமையை எந்த உள்ளார்ந்த சாதிய வெறி தேசியப் பெருமையாகக்

கொள்வதைத் தடுக்கிறதோ, அதை முற்றிலும் மறக்க, மறுக்க நினைக்கிறதோ, அதே உள்ளார்ந்த அடிப்படை சாதிய மனம்தான் இளையராஜாவையும் வெறும் திரைப்பட இசையமைப்பாளனாக மட்டும் அடையாளம் காண்பதுடன் அவரின் அதிசயங்களை ஒன்றும் இல்லை என்பதுபோல் கவனத்தில் கொள்ளாமல் செல்லுவதாகவும் இருக்கிறது.

உலகின் நிஜமான மிகப்பெரும் தத்துவ, சமூகவியல், அறவியல், மேதைகளை நிஜமாகவே அறிந்து நேசிக்கும் ஒவ்வொரு அறிவார்ந்த மனமும் எப்படி அம்பேத்கரை நேசித்தே ஆக வேண்டுமோ அதேபோல் உலகின் பேரிசைகளை, கலைஞர்களை அறிந்து நேசிக்கும் ஒவ்வொரு கலாபூர்வ மனமும் இளையராஜாவை வியந்து நேசித்தே ஆக வேண்டுமோ என்ற மனநிலை எங்களுக்குள் அடிக்கடி ஏற்படுகிறது.

இந்த மனநிலையுடன் பாசமிகு எழுத்தாளர் கி. ராஜநாராயணன் அவர்களும், அன்புக்குரிய இலக்கியவாதி க. பஞ்சாங்கம் அவர்களும் ஒரு சந்தர்ப்பத்தில் பேசிக்கொண்டிருக்கும்போது 'கதை சொல்லி'க்கு இளையராஜா பற்றி ஒரு கட்டுரை எழுத வேண்டும் என்று கேட்டுக் கொண்டதுடன் அதன் அவசியத்தையும் தொடர்ந்து நினைவூட்டிக் கொண்டிருந்தார்கள். பலமுறை எழுதப்போகும் கருத்துகள் பற்றி, இளையராஜா இசைப்பற்றி, வேறு உலக இசை மேதைகள் பற்றி கி. ரா. அவர்களுடன் பேசிக் கொண்டிருந்ததுடன் கட்டுரை எழுதப்படாமலேயே இருந்தது.

இளையராஜா அவர்களுடன் நேரில் உரையாடி அதையும் தொகுத்து எழுதினால் நன்றாக இருக்கும் என்று எழுத்தாளர் தங்கர் பச்சான் அவர்கள் ஆலோசனை கூறியதுடன் அதற்கான ஏற்பாடுகளையும் செய்தார். ஆனால், அவருடன் நாங்கள் பேசிக் கொண்டிருந்தவற்றையும் இளையராஜா அவர்களுடன் உரையாடியவற்றையும் ஒரு கட்டுரைக்குள் அடக்க முடியாது என்பதால் தானே, அதை ஒரு நூலாக வெளியிடுகிறேன் என்று மிக்க ஆர்வத்துடன் குறிப்பிட்டார். அதற்குப்பின்தான் சிறு அறிமுகக் கட்டுரையாக முடிந்து போக இருந்த இந்த முயற்சி நூலாக முழுவடிவம் பெற்றது.

தனி மனிதர் ஒருவரைப் பற்றிப் புகழ்கூறும் நோக்கம் இந்நூலுக்கு இல்லை. ஒரு சமூகத்திற்குள் மிக ரகசியமாகச் சாத்தியப்பட்டிருக்கும் சாதனையைப் பற்றிய ஒரு தத்துவ விவரணை இது. இதற்குள் அரசியல் இருந்தாலும்-தவிர்க்கவே முடியாமல் எல்லா அழகியலுக்குள்ளும் இருக்கும் அரசியலாகவே இதுவும்

இருக்கிறது. இதில் கூறப்பட்டுள்ள கோட்பாடு அணுகுமுறைகளை முழுமையாகப் புரிந்துகொள்ள சிறிது கவனம் தேவை. அப்படிச் சிரமமாக இருந்தால் ஒவ்வொன்றையும் தனித்தனிக் கருத்துகளாகப் புரிந்துகொள்வதில் தவறு ஏதுமில்லை. மற்றபடி இந்நூல், இசையின் நுணுக்கங்களைப் பற்றியோ அதன் தொழில்நுட்பங்களைப் பற்றியோ விவரிக்கவில்லை.

இலக்கியத்தில் வினோதங்களைச் செய்ய வேண்டும் என்ற முனைப்புடைய எங்களுக்கு-வினோதங்களுக்கு இடமே கொடுக்காத ஊடகங்களின் பின்னணியில் இருந்துகொண்டு வேறுவகையில் வினோதங்களைச் செய்துகொண்டிருக்கும் இளையராஜாவின் இசைபற்றிக் கூற இன்னும் அதிகம் இருந்தாலும்-மேற்கத்திய இசைபற்றிய விஷயங்கள், தொழில் நுணுக்கத் தகவல்கள், இசைக் கலைஞர்கள் பற்றிய குறிப்புகள் எனத் தகவல்களால் அது நிரம்பிவிடக்கூடும் என்பதால் கோட்பாட்டு விளக்கங்களை மட்டுமே இங்கு தந்திருக்கிறோம்.

இந்நூலை எழுத முழு தூண்டுதலாகவும் செய்து முடிக்கக் காரணமாகவும் இருந்த எழுத்தாளர் கி.ரா. எப்பொழுதும்போல் ஊக்கம் அளித்த பேராசிரியர் க. பஞ்சாங்கம், இளையராஜாவின் இசையைப் பற்றி நினைத்தபோதெல்லாம் பேசத் துணையிருக்கும் முனைவர் கே.ஏ.குணசேகரன் எங்கள் எழுத்துக்களின்மீது மிக்க அன்புகொண்டு இந்நூலை நிகழ்த்திக் காட்டிய நட்புமிக்க கலைஞர் தங்கர்பச்சன் ஆகியோரை இத்தருணத்தில் நினைவு கொண்டு...

பிரேம்
ரமேஷ்

நவம்பர் 1998
புதுச்சேரி.

உள்ளே...

1. இசையும் கலாச்சாரமும் – ஒரு நினைவு   19
2. இசையின் இடம் – காலம் மற்றும்
   இளையராஜாவின் கற்பனை வெளி   29
3. இளையராஜாவுடன் உரையாடல்   61
4. இசையற்ற இடத்தில் இளையராஜா   91

இசையும் கலாச்சாரமும் - ஒரு நினைவு

இசை இல்லாச் சமூகங்கள் எதுவும் இல்லை. ஒரு நிலையில் இசையே மொழி, விஞ்ஞானம், தொன்மம், மதம் மற்றும் சங்கேத உத்திகள் அனைத்திற்கும் மூலமாக இருந்திருக்கிறது. உணவுப் பொருள் சேமிக்கவும், வேட்டையாடவுமான சாதனம் அல்லது கருவிக்கு அடுத்தபடியாக எல்லாவிதத் தொல்சமூகங்களும் இசைக் கருவிகளையே கண்டுபிடித்திருக்கின்றன. சில சமயம் பாத்திரங்கள் மற்றும் ஆயுதங்களையேகூட இசைக்கருவிகளாக்கிக் கொண்டிருக்கின்றன. அதனாலேயே இசை எல்லோருக்கும் நினைவு, நினைவிலி, உபநினைவு என எல்லாப் பரப்புகளுக்கும் உரியதாக இருக்க முடிகிறது.

தொன்ம இசை மட்டுமின்றி நவீன இசைகளும்கூடச் சில அடிப்படையான வகைப்பாட்டுக்குள் அடங்கக்கூடியவையே. முதல் இரு பெரும் பிரிவுகளாகப் பயன்பாட்டு இசை மற்றும் அழகியல் இசைகளை நாம் காண முடியும். பயன்பாட்டு இசை என்னும்போது அவை மதச் சடங்குகள், சமூகச் சடங்குகள், வாழ்வியல் சடங்குகள் இவற்றுடன் தொடர்புடையவை. இவற்றுடன் மாந்திரிகம், மருத்துவம், வழிபாடு, உபாசனை என்பவையும் சேர்ந்து கொள்கின்றன. வேட்டை, விவசாயம், பிறப்பு முதல் இறப்பு வரையான தருணங்கள், போர்கள், நடனம், விளையாட்டு, உடற்பயிற்சி, அரசு நிகழ்ச்சிகள் என சமூக வாழ்வின் அத்தனை தருணங்களும் இசையின் துணையின்றி நடக்காது என்ற நிலை தொல்சமூகங்களுக்கும் நாகரீக சமூகங்களுக்கும் நவீனச் சமூகங்களுக்கும் உண்டு.

அழகியல் இசை என்பது இப்படி நேரடிப் பயன்பாடு இன்றி நினைவுகள், கனவுகள், சிந்தனை என்பதுடனும் மன இன்பம் என்பதுடனும் தொடர்புடையது. இசையும் நடனமும் சேர்ந்த நிலையே நாம் தொல்சமூகங்களில் அதிகம் காணமுடிகிறது. இசை ஒரு வகையில் குறியீட்டுச் சடங்காகவே எல்லாச் சமூகங்களிலும் இருந்து கொண்டிருக்கிறது.

பல சமூகங்களில் இசை அவர்களின் படைப்புக் கடவுளுடன் நேரடியாக தொடர்புப்படுத்தி அறியப்படுகிறது. கூட்டுச் சமூகங்களில் அவர்களின் ஒவ்வொரு தேவதைகளுக்கும் ஓர்

இசைக் கருவி உரியதாக உள்ளது. ஒவ்வொரு இசைக் கருவியும் ஒருவித தெய்வநிலையை அடைய, நெருங்க, அழைக்க உரியதாக நம்பப்படுகிறது.

இந்தியச் சமூகங்களிடையே தொன்மைக் கடவுளர்களின் இசைக் கருவியில் எழுந்த நாதத்திலிருந்தே பிரபஞ்சம் தோன்றியது என்ற நம்பிக்கையும், நாம் வணங்கும் தெய்வப் பிரதிமைகள் ஒவ்வொன்றுக்கும் ஓர் இசைக் கருவி உரியது என்ற நம்பிக்கையும் உண்டு. இறை என்பதே நாத வடிவம் என்றும், பிரபஞ்சத்தின் ஒவ்வொரு துடிப்பும் இறையின் நர்த்தனமும் நாதமும் ஏற்படுத்தும் அதிர்வு என்றும் நம்பப்படுகிறது.

பல தொல்சமூகங்கள் தமது சமூகத்திற்கான இசைக் கருவி ஒன்றில்தாம் தமது இன வாழ்வே அடங்கி இருக்கிறது என்று நம்பி அவற்றை வணங்கவும் வழிபடவும் பாதுகாக்கவும் செய்கின்றன. எல்லாச் சமூகங்களிலும் இதன் தடயத்தைப் பார்க்க முடியும். இசைக் கருவிகள் புனிதமானதாக ஒரு சிறுதெய்வத்தன்மை உடையதாகவே கருதப்படுவதையும் அணுகப்படுவதையும் நேரடியாக அறியமுடியும்.

இந்திய இனக்குழுச் சமூகங்களிலும் சரி, நகர்சார் சமூகங்களிலும் சரி, இசையும் இசைக் கருவிகளும் இசைக் கலையும் இறைநிலையை அடையவும் இறைமையை மகிழ்விக்கவும் வழிபடவும் கோபம் தணிக்கவுமான ஓர் உத்தியாகவே அறியப்பட்டு வந்திருக்கின்றன.

வேதங்கள், ஓதல்கள் என்பவை தெய்வத்தன்மை உடையவை என்பதால் இசைஞர்களும் தெய்வத்தன்மைக்கு நெருக்கமானவர்களாக, உபாசனை சாதனங்களக அறியப்பட்டு வந்திருக்கிறார்கள். சிலவகை இசைகள் ஆன்ம ஆற்றலை வளர்க்கவும் சிலவகை இசைகள் தீய சக்திகளுடன் தொடர்பு கொள்ளவும் உதவுவதாகவும் நம்பப்படுவதுண்டு. மருத்துவச் சடங்கும் மூலிகைச் சிகிச்சையும் சிலவகை இசையுடனே செய்யப்படுகின்றன. இசையுடன் கூடிய மந்திர உச்சரிப்பு முறையாக இருந்தால் கடும் நோயும் தீராத வலியும் நிவர்த்தியாகும் என்று நம்பப்படுகிறது. பல சமூகங்களில் மருந்து இல்லாமல் இசையுடன் ஓதுதல் என்பதே சிகிச்சையாக அளிக்கப்படுவதும் உண்டு.

இப்படியாக விரிந்து செல்லும் இசை, ஒருவகையில் தொன்மம் மற்றும் மர்மவாதம் இவற்றுடனும் பைசாசத் தந்திரங்களுடனும் உறவுடையதாக இருந்து வந்திருக்கிறது. அதேசமயம் சமூக மாற்றங்கள், வளர்ச்சிகள், போக்குகள், இவற்றுடன் இசையும்

பிரிக்கமுடியாத வகையில் உறவு கொண்டுள்ளது. உலக வரலாற்றை ஒவ்வொரு சமூகங்களுக்குமான வரலாற்றுடன் எழுதும்பொழுது அது இசைகளின் வரலாறாகவும் இருக்கும். அதேபோல் எந்தவொரு இசையின் வரலாறும், அது சார்ந்த சமூக, அரசியல், கலாச்சாரங்களின் வரலாறாகவும் இருக்கும்.

ஒரே சமூகத்திற்குள் உள்ள சமூகப் பிரிவுகள், இசைக்குழுக்கள், சாதீயப் பிரிவுகள் ஆகியவை அந்தச் சமூகத்தின் இசையுடன் கொண்டுள்ள உறவை வைத்தே அவற்றிற்கான சமூக இடத்தை, உரிமையின் அளவைப் புரிந்துகொள்ளமுடியும். ஒவ்வொரு சாதீயக் குழுவுக்கும் இந்த வகை இசையும் இந்த வகை இசைக் கருவியும் மட்டுமே உரியவை என்ற திட்டவட்டங்களும் இந்த வகை இசைக் கருவியை இன்னின்னக் குழுக்கள் பார்க்கவோ, தொடவோ, இசைக்கவோகூடாது என்ற தடைகளும், சில வகை இசைகளை வேறு சிலர் கற்கவோ, பழகவோ ஒருவகையில் கேட்கவோ கூடாது என்ற விலக்குதல்களும் உடையதாக இந்தியச் சமூகங்கள் இருந்து வந்திருக்கின்றன.

பல சமூகங்களில் குறிப்பிட்ட வகை இசைக் கருவிகளைப் பயன்படுத்துவது ஒரு மேலதிக உரிமையாகவும் மரபு வழிப்பட்ட உடைமையாகவும் அனுசரிக்கப்படுகின்றது. இசைகளுக்குள் இடத்தடை, காலத்தடை, விதிக்கப்பட்டு மிகப் பெரும் கண்காணிப்பு விதியாகவும் இவை பயன்படுத்தப்படுவதுண்டு.

சில சமூகங்கள் வேற்றுச் சமூகங்களின் அரசுகளால் ஆக்கிரமிக்கப்பட்டு ஆளுகை கொள்ளப்படும்போது, அவற்றின் பாரம்பரிய இசைகள் தடை செய்யப்படுவதும், தடையை மீறி அவை ரகசியமாகவோ அல்லது வெளிப்படையாகவோ இசைக்கப்படும்போது அவை, கலகமாக ஒரு சுதந்திர யுத்தத்திற்கன பிரகடனமாக–அடையாளம் காணப்பட்டுப் படுகொலைகள் நடைபெறுவதும் வரலாற்றில் புதியதல்ல.

இந்தியச் சமூக அரசியல், இனவியல், சாதியப் போர்களின் சரித்திரமாகவும் ஆவணமாகவும், இந்திய இசைகளின் வரலாறு இருந்துகொண்டிருக்கிறது. புனிதமானவை, புனிதமற்றவை என்ற வகைப்பாட்டிற்குள் இசைகள் அடக்கப்பட்டதுண்டு. இசையில் தீண்டாமையின் விதிகள் செயல்பட்டதுண்டு. ஒரு குறிப்பிட்ட காலம் வரை இசைகள் வெளிப்படையான மூன்று பிரிவுகளுக்குள் அடங்கியிருந்தன. முதலாவது, ஒவ்வொரு இனக் குழுக்களுக்குமான கூட்டுச் செயல், கொண்டாட்டங்களுக்கான இசை. இரண்டாவது, மதவழிபாட்டுப் பக்தி இசை. மூன்றாவது,

அரச நிகழ்வுகள், அரச துதிகள் இவற்றைச் சூழ்ந்த இசை. இவை இல்லாமல் கமுக்கமாக இருந்த இசை வகைகள் இரண்டு உண்டு. ஒன்று போதை, சல்லாபம், சரசங்கள் சம்பந்தப்பட்டது; மற்றது, ரகசிய சமயங்கள், தலைமறைவுச் சமூகங்கள் தமக்குள் வளர்த்துக் கொண்டவை.

மேற்குறிப்பிட்ட வகைகளுக்கு அப்பால் மதம் கடந்த, ராஜரீகம் கடந்த மக்கள் இசை என்பது உருவாக, உலகில் பல புரட்சிகளைக் கடந்து வர வேண்டியிருந்தது. தனிமனிதன் என்ற அலகை, தனிமனித மனம் என்ற ஒரு சேர்மத்தை, சுதந்திரம் என்ற ஒரு கருதுகோளை உலக வரலாறு எப்பொழுது அரைமனதுடன் ஏற்றுக் கொண்டதோ அப்பொழுதிலிருந்துதான் நவீன இசை தோன்றி வளர முடிந்தது.

நவீன இசைகளின் வரலாறும், தேசியங்களின் வரலாறும் ஒன்றாகவே தோன்றுகிறது. அதேசமயம் நவீன இசை, மீறல்களின் இசையாக முற்றொருமைக்கு எதிரான அடிப்படைவாதத்திற்குப் புறம்பான இசையாகவும் இருக்கிறது. இந்த இடத்தில் நவீன இசை என்பதைவிட நவீன இசை உணர்வு, இசைப்புலன் என்று கூறுவதுதான் சரியாக இருக்கும். ஏனெனில், மிகத் தீவிரமான ஒரு பக்திப் பாடலை அதன் குரல், இசைத்துல்லியம் இவற்றிற்காக உள்வாங்கிக் கொள்வதும், ஒரு வேத கோஷத்தை அதன் கூட்டுக் குரல் மற்றும் கார்வைகளுக்காகக் கவனித்து ஈடுபடுவதும் இந்த இசைப்புலனால்தான் சாத்தியப்படுகிறது. இல்லையெனில் கருத்துருவங்களின் அடிப்படையில் இசைகள் தனித்து நிற்க வேண்டியிருக்கும். அதேசமயம், இசை என்பது புலன் இன்பம், மனத் தளும்பல், பிரபஞ்ச ஒன்றிப்பு என்ற நிலைகளை நோக்கிச் செல்லச் செல்ல எல்லா இசைகளுமே மதநீக்கம் செய்யப்பட்ட, அரசியல் தடைகளை ஒதுக்கிய ஒரு மாற்றுப் புலன் உணர்வையே உருவமைக்கின்றன.

எப்பொழுது ஒரு இசை இன்பத்துய்ப்பின் ஒரு வடிவமாக மாறுகிறதோ அப்பொழுதே அது இறைமை நீக்கம் செய்யப்பட்டுப் புலன்தன்மை பெறுகிறது என்று பொருள். இங்கு இசை உருவாக்கும் உணர்வும் அகாலத் தன்மையும் மனித பிரம்மாண்டங்களைப் பற்றிய வியப்புத் தன்மையும் உடையவையாக மாறிச் செயல்படுவதுண்டு.

இப்படிக் கூறுவதன்மூலம் இசை முற்றிலும் இன, அரசியல், சமூக ஆதிக்க வன்முறைகளைக் கடந்த ஒன்றாக மாறிவிட்டது என்ற முடிவுக்கு நாம் வந்துவிடக்கூடாது. ஏனெனில், எல்லா மனிதப்

புலன் புறவயப் படைப்புகளைப் போலவே இசையும்–அதாவது இசைக் கலைவடிவமும்–மேற்குறித்த எல்லாவற்றின் கருவியாகவும் இருந்துகொண்டே இருக்கிறது.

இசை, பலசமயங்களில் கூட்டு மனவளிப்பு நிலையை உருவாக்கப் பயன்படுத்தப்படுகிறது.

இசை, பலசமயங்களில் சமூக அறிதலற்ற, பிறரை மற்றும் தன்னை அறியமுடியாத உறக்க நடையாளர்களை உருவாக்கப் பயன்படுகிறது.

இசை, பல சமயங்களில் சமூகப் பகைவர்கள் எனக் கற்பனையாகச் சிலரை உருவாக்கி வன்முறையைக் குவியப்படுத்தி கும்பல் வெறியாட்டத்தைத் தூண்டிவிடப் பயன்படுத்தப்படுகிறது.

இசை, பல சமயங்களில் சமூகப் பிரிவுகளுக்குள், வர்க்கங்களுக்குள் தம்மை மேலதிக அழகியல் உரிமை உடையவர்களாக்கிப் பிறரின்மீது ஒரு கருத்துருவ வன்முறையைச் செலுத்த சில குறிப்பிட்ட வர்க்கத்தினருக்கும் பிரிவினருக்கும் பயன்படுகிறது.

இசை, பல சமயங்களில் தேசிய வெறியைத் தொடர்ந்து வளர்த்தெடுத்து ஒரு ஃபாசிச வெறுப்பைப் பிற சமூகங்கள்மீது செலுத்தப் பயன்படுத்தப்படுகிறது.

இசை பலசமயங்களில் நிறம், இனம் ஆகியவற்றின் திமிர்த்தனத்தைத் தமது மேலதிக ஆதிக்கத்தை–எல்லாத் துறைகளிலும் செயல்படுத்தும் கும்பல்களுக்கு ஒரு கலாச்சார ஆயுதமாகப் பயன்படுகிறது.

இன்னும் உயர் தொழில்நுட்பச் சந்தையூடாக நுகர்பொருள் கலாச்சாரத்தை வளர்த்து மனிதமறுப்பு மனத்தகவை உருவாக்கும் உலக அரசியலுக்கு ஒரு யுத்தியாகப் பயன்படுகிறது.

இசை, பல நாடுகளில் தேசிய இனங்களுக்கு இடையில் நடந்து கொண்டிருக்கும் நீடித்த போரின் மறைமுக போர்க்கருவியாக, களமாகப் பயன்படுத்தப்படுகிறது.

இசை, பல ஆதிக்கச் சமூகங்கள் பிற சமூகங்களைக் கொள்ளையிடும் போட்டியில், மிக ரகசியமாகக் கலாச்சார வளங்களைக் களவாடும் ஒரு வழியாகப் பயன்படுத்தப்படுகிறது.

இசை, பல சமயங்களில் சமூகக் குழும உயிரிகளாக ஒவ்வொரு மனிதரையும் மாற்றாமல், தனித்துப் போகும் அந்நியர்களை உருவாக்கப் பயன்படுத்தப்படுகிறது.

இவை எல்லாவற்றையும் மீறி இருத்தல் கரைக்கும், விதிவாதம் மறுக்கும் ஓர் இயக்கமாக இதே இசை இருந்து கொண்டிருக்கிறது. ஒரு வகையில் நவீன இசைப்புலம் என்பது புறத்தின் இசையாக, மற்றொன்றின் இசையாக இருக்கிற கலவை நிலையை நோக்கி விரிவாக நிகழ்கிறது. புனைவுகளுக்கும் கனவுகளுக்கும் ஒருவகையில் நினைவுகளுக்கும்கூட இடம் மறுக்கும் உலகச் சூழலில், இவற்றைக் கலைந்து கிளர்த்தும் இவற்றிற்கான வெளியை ஞாபகப்படுத்தும் ஒரு புலன் உத்தியாக இசை செயல்பட முடியும். பிற கலை வடிவங்களுக்கும் இது சாத்தியம் என்றாலும் ஒவ்வொன்றிற்கும் பலவகை போதாமை, சாத்திய எல்லைகள் உண்டு. அவற்றை இசை மிக மர்மமாக தந்திரமாகக் கடந்துசெல்லும் ஆற்றல் உடையது. அதேசமயம் புதிய இசையுணர்வு, இசைப்புலன் என்பதுதான் இவற்றைச் சாத்தியப்படுத்தும் என்பதையும் நாம் மறந்துவிடக்கூடாது. எந்த இசையையும் வெளியே இருந்து ஒரு நிகழ்வாக அறியும்– உணரும்–ஒரு தன்மை இதற்கு அடிப்படையாக உள்ளது.

இந்த அமிழ்ந்து போகாத நிலை, ஒருவித பிரக்ஞைபூர்வ கனவு என்ற நிலையை இசையில் சிந்திக்கும் பொழுது உலகின் மிகச் சிறந்த பல இசைக் கலைஞர்களும் படைப்பாளிகளும் நமக்கு நினைவுக்கு வருவார்கள். மிக அதிசயமான தொன்ம இசைகளும், உடலையும் மனதையும் திருகும் சில இனக்குழு இசைகளும், ஐரோப்பிய ஆசிய சமூகங்களின் இசைகளும், மிகை மனிதர்களாக இயங்கிய பல மேதைகள் உருவாக்கிய இசைகளும் அதிகமான வகைகளையுடைய நாட்டார் இசைகளும் நமது நினைவுக்கு வரும். அதேசமயம், இந்திய கூட்டுச் சமூகத்தில் ஒரு பகுதியான தமிழ்க் கலப்புச் சமூகத்தில் இருந்துகொண்டு யோசிக்கும்போது இளையராஜா என்ற பெயரும், அவர் உருவாக்கி மிதக்கவிட்டிருக்கும்–பேரிசைகளின் தொடக்க இசையாகவும் இன்னும் முற்றுப்பெறாத இசைக் கோலங்களின் மாதிரி வடிவங்களாகவும் உள்ள எண்ணற்ற இசைப் படைப்புகளும் நமது நினைவுக்கு வரும். கூர்ந்து கவனிக்கும்போது இந்தக் கலைஞன் எந்த வகை இசையையும் உருவாக்கும் ஆற்றல் உடைய ஓர் அதிசயக்காரனாகவும் தனது பேரிசைகளின் சிறுசிறு இழைகளை மிதக்கவிட்டு விளையாடும் ஒரு குறும்புக்காரனாகவும் தோன்றுகிறான். இந்தக் கலைஞன் இதுவரை உருவாக்கியவை ஒரு முன்னுணர்த்தும் சங்கேதமாகவும், இனி உருவாக்கப் போகின்றவை புதிய மண்டலங்களில் பயணம் செல்கின்றவையாகவும் இருக்கலாம் என்ற எண்ணமும் தோன்றலாம்.

அதேசமயம் இந்த இசை, சுதந்திரம் நோக்கியதாக, முன்பு கூறிய எதிர்மறைப் பயன்பாடுகள் அற்றதாக இருக்க வேண்டும் என்ற நியாயமான கவலையும் எதிர்பார்ப்பும் நம்மைச் சூழ்ந்து கொள்ளலாம். ஆனால் அது, இக் கலைஞரை மட்டும் பொறுத்த நிகழ்வும் அல்ல-நமது கலாச்சாரத்தின் இசைப்புலன்களையும் இன்னும் இதை உள்வாங்கிக்கொள்ளக் காத்திருக்கும் பிற கலாச்சாரங்களின் இசைப் புலன்களையும்கூடப் பொருத்தே அமையும்.

இசையின் இடம் - காலம் மற்றும் இளையராஜாவின் கற்பனை வெளி.

1

தமிழ் நிலப்பரப்பில் எல்லா நிலப்பரப்பிலும் உள்ளது போலவே இசை இருந்தது. தனித்தனியாக வெவ்வேறு அலைவரிசைகளில் அதிர்வுகளில் இசை இருந்தது.

நிலப்பரப்புகளும் சமூகக் குழுக்களும் தமது தனித்தன்மையை இழந்து வேறு அடையாளத்துடன் தொகுக்கப்பட்ட பொழுது இசைகளின் கூட்டங்கள் தலைமறைவாகப் பதுங்கிக் கொண்டன.

வேறு வேறு இசைக் கருவிகள், வேறு வேறு மாறு வேடங்களில் தமது இருப்பைத் தொடர்ந்தன. மௌனமாக்கப்பட்ட இசைக் கூட்டங்கள் தமது ரகசிய நாடகத்தை நீருக்குள் நிழல்போல நிகழ்த்திக் கொண்டிருந்தன. போரும் காதலும்–பின் போரும் பக்தியும் மீண்டும் காதலும் பக்தியும் அதற்குப்பின் அரசியல் எல்லாவற்றையும் உள்ளடக்கிய அரசியல்.

கடந்த காலத்தின் தமிழ் இசை எதுவென்ற கேள்விக்குப் பக்தி இசை என்ற ஒற்றை அடையாளம் முன் நிற்கும். இதுவன்றியும், பிராந்தியமும் பாரம்பரியமும் சாதிக் குழுக்களும் தத்தமக்கேயுரிய பண் வகைகளை, இசை வாய்ப்பாடுகளை, சந்தங்களைக் கொண்டிருந்தன. ஆனால், கலாச்சாரம் என்ற ஒரு தொகுப்பு அடையாளத்திற்குள் உபநினைவாக, உப உலகாக இருக்க வேண்டிய இசை, இங்கு மௌனமாக இருந்தது.

இசைகளின் போர்கள் தமது திடமான சிதைவுகளை விட்டுச் சென்றிருந்தன. வெற்றிகொண்ட இசைகள் தமது சப்தத்தைப் பரப்பிக் கொண்டிருந்தபோது பிற இசைகள் கலாச்சார மண்டலத்திற்கு வெளியே அலையவிடப்பட்டன. தண்டிக்கப்பட்ட இசைகள் தமது வலிகளைத் தூரமாக முனகிக் கொண்டிருந்தன. ஆனால், இசையே இல்லாத ஒரு கலாச்சார மனவெறுமையும் தொடர் அரசியல் போர் கொடூரங்களால் இங்கு இருந்தே வந்திருக்கிறது.

ஒதுக்கப்பட்ட கனவுகளும் கற்பனைகளும் இசையை உறைய வைத்துவிட்ட காலங்களும் உண்டு. ஆனால், மொழியே ஒரு

வகையில் இசையுடன் தாளத்துடன் சந்தத்துடன் இயங்கிக் கொண்டிருந்ததுடன் 'பா' வகைகள் பாடங்களும்கூட இசையுடைய ஒரு கட்டமைப்பையே கொண்டிருந்தன. இதனால் தமிழ்மனம், தமிழின் கதைமனம் முற்றிலும் இசைத்தன்மை உடையது என்ற ஒரு முடிவும் புலப்படும்.

ஆனால், இந்த 'இசை'-உறுதியான கட்டமைக்கப்பட்ட இசை-ஒவ்வொரு கலாச்சார மனதையும் தெளிவாக வரையறுத்து மாற்றங்களுக்கு, வடிவச் சலனங்களுக்கு உட்படாத ஒரு திடத்தன்மையை உருவாக்கிவிடக் கூடியது. ஆனால், மாறாக இசை நம்மை அரசியல், கலாச்சார, தத்துவ உறுதி வடிவங்களைத் தாண்டிப் பல உருவ, பலவெளி, பலகால நினைவுகளை, மண்டலங்களை நோக்கிக் கலைத்தும் மாற்றியும் இயங்கவிட வேண்டிய செயல்பாடு. எந்த ஒன்றையும் அதன் தனித்த உறைந்த திட நிலையிலிருந்து மாற்றிப் பல நிலை, பலவடிவத் தொகுப்பாகப் பெருக்கமடையச் செய்வது இசையின் ஆகக் கூடிய சாதனையாகும். இந்தக் கனவுத்தன்மை சார்ந்த இசையை மனதில்கொண்டே நமது கலாச்சாரங்களுக்குள் உள்ள தன்மரபு, சிறுமரபு இசைக் கருவிகளையும் பாடல்களையும், அதேசமயம், பெருமரபு இசை வடிவங்களையும் நாம் அணுகும்போதும்-இவை முறையாக இயங்கினால் ஒரு லயிப்பை ஏற்படுத்தத் தவறுவதில்லை என்பதை மறுக்க முடியாது. ஆனால், இந்த லயிப்பு என்பது கேட்கும் நபர் தன்னை வெளியில் வைத்துக் கொண்டிருப்பதால் நிகழ்வது.

எந்த ஒரு கலாச்சார இசையும் தனித்து நின்று கவனிக்க உரியதாக இல்லாமல்-சடங்கு, பழக்கம், கலாச்சாரம் உப நிகழ்வுகளின் உள்ளடங்கிய பகுதியாக மாறிவிடக் கூடியவையே என்பதனால் இசை, முதலில் ஒரு கலாச்சார மனிதனுக்குள் உள்ள பழக்கத்திற்குட்படாத, நினைவு முரண் உடைய உபகலாச்சார மனிதரை விழித்து எழவைத்துப் பின் அவரை, முன் முடிவுகள் அற்று எல்லைகளற்ற வெளியில் அலைய விடுவதாக இருக்க வேண்டியது அவசியமாகிறது. இந்த அலைவு காலத்தில் முன்பின்னாகவும் வெளியில் அங்கிங்காகவும் இருக்கலாம். இந்தத் திரவநிலைச் சலனம் இசைக்குப் பெரும் காந்தத்தை உருவாக்கக் கூடியது.

இடம்பெயர்ந்து போனவர்கள் தமது இடம் பற்றிய நினைவை இசையால் தொடர்வதும், இசையால் தமது இடத்தை நிரப்பி வேறிடமாய் மாற்றுவதும் நடக்கலாம். காலத்திலிருந்து நழுவிப் போனவர்கள் தமது ஏக்கத்திற்குரிய காலத்தை மறு ஆக்கம்

செய்யவும் காலத்தினூடாகப் பயணப்பட்டு வேறு காலங்களில் புழங்கவும் இசை ஒரு நழுவும் காலவெளியாக செயல்படலாம். இன்னும், ஒவ்வொரு பொருளின் திடப்பொருண்மைத் தன்மையையும் தாண்டி அவற்றின் அலை வடிவத்தை, ஆற்றல் வடிவத்தை, அவற்றின் குவாண்டம் நிலையை நிரூபிக்கும் உத்தியாக இசை இருக்கலாம். புலன்களின் சூட்சம நிலையோட்டங்களும் உடலின் அந்தரநிலையின் கலப்பும் பிணைப்பும் இசை மண்டலத்தின் நிகழ்வுகளும் ஆகலாம். இந்தக் கலப்பு; சப்தங்களின் ஓசைகளின் குரல்களின் தனித்தன்மை அழியாத, அதேசமயம் பலவெளித் தன்மையுடைய கலப்பு. இக்கலப்பு அரசியலாக்கப்பட்ட இயற்கை வெளிக்கு மாற்றானது; அரசியலாக்கப்பட்ட புலன்களுக்கு முரணானது. இக்கலப்பு மிகவும் விழிப்பு நிலையில் மட்டும்தான் சாத்தியமாகும் என்பதில்லை–உபநினைவாகவும் நிறைந்திருக்கலாம். இந்தப் பின்புலத்தில் சிந்திக்கும்பொழுது தமிழ் மொழிப் பரப்பில் நமக்கு உடனடியாக நினைவுக்கு வரும் பெயர்–இளையராஜா.

2

இளையராஜா தமிழ் பேசும் மக்களுக்குத் திரைப்படத்தின் மூலமாக அறிமுகமானதும் திரைப்படப் பின்னணியில் மட்டுமே இன்னும் இவரின் இசை அறிந்து கொள்ளப்படுவதும் ஒருவகையில் முரணாகத் தோன்றினாலும் ஒருவகையில் சரியான உறவுடைய இரு ஊடகங்களின் தவிர்க்க முடியாத தொடர்பாகவே இருக்கின்றது. திரைப்படத்தைப் போலவே இளையராஜாவின் இசையும் காட்சித் தன்மை நிரம்பியது. இவரின் இசையில் நிறங்களும் நிழல்களும் முக்கிய இடம் பெறுகின்றன. ஒளிப்பதிவு மற்றும் படத் தொகுப்பின் அத்தனை சாத்தியங்களும் miss en scene மற்றும் montage–ன் அத்தனை நிகழ்வுகளும் இளையராஜாவின் இசைக்குள் சாத்தியமாகின்றன. திரைப்படத்தின் தூரம், அணுக்கம், நகர்வுமுறை அனைத்தும் இவரின் இசை வழி செயல்படுவதால் இவரின் இசையை முதலில் காட்சித் தன்மையுடையது என்று கூறலாம். இதன்மூலம் இவரின் இசை படிமத் தன்மையுடையதாகவும் மாறுகிறது. இது, திரைப்படத்துடன் இவர் கொண்ட உறவால் இசையில் சாத்தியப்பட்டது என்பது உண்மையே. ஆனாலும், தமிழில் இவை மிகச் சரியாகக் காட்சியளவில்கூடப் பயன்படுத்தப்படாத நிலையில் திரைப்படம் என்பதைத் தனது தொடக்கமாகக் கொண்டு அதன் எல்லைகளை விரித்து அதன் பரப்பு போதுமானதாக இல்லாதபோது அதையும்

உடைத்துக் கொண்டு பல பரிமாணங்களில் விரிந்துகொண்டே செல்வதாக இளையராஜாவின் இசை இருக்கிறது.

இளையராஜாவின் இசையும் சந்தமும் பின்புல ஓசையும் தமிழ்த் திரைப்படத்திற்குள் வருவதற்கு முன், இங்கு இசை என்பதும் பாடல் என்பதும் பிரிக்க முடியாததாக இருந்தன. சொற்களை ஓசையுடையதாக மாற்றுவதும் அல்லது சொற்களின் ஓசைகளைக் கண்டுபிடிப்பதும் இசையமைப்பின் பிரதானப் பணியாக இருந்தது என்று கூறலாம். அதனால் இளையராஜாவுக்கு முன் உள்ள தமிழ்த் திரைப்பட மற்றும் பாரீய இசை முற்றிலும் மொழியைப் போலவே குறிகள், சமிக்ஞைகள் கொண்டு கருத்தாக்கம் அல்லது உணர்வெழுச்சி என்பதன் மொழிப்படுத்தலாக வெளிப்பட்டு வந்திருக்கிறது. இதனால் அவை, ஆகக்கூடிய அரசியல்தன்மை உடையவையாகவும் இருந்தன. இங்கு அரசியல்தன்மை என்பது சமூக லட்சியவாத அரசியல், குடும்பம் மற்றும் பாலுறவு அரசியல் மற்றும் இவற்றின் குறியீட்டுத் தளமாகிய பக்தி அரசியல் ஆகும். இசை என்பது செய்தியைக் கூறுவது அல்ல. அது, ஒரு கதையை மொழிவதும் அல்ல-என்பது இங்கு உணரப்படாததாகவே இருந்தது. இந்தச் சமயத்தில்தான் இளையராஜாவின் இசை தமிழிசைக்குள் செய்தியற்ற ஆனால் பிம்பங்களை எழுப்பும் தன்மையுடன் அறிமுகமாகிறது.

அதற்கு முன்பு ஒவ்வொரு சூழலுக்கும் ஓர் இசை வாய்ப்பாடும், ஒவ்வொரு உணர்வுக்கும் ஒரு சந்தமும் நிலையாக பின்பற்றப்பட்டு ஒரு தொடர்ந்த நாடகத்தன்மை உருவாக்கப்பட்டு வந்தது. குரலையும் சொற்களையும் இசைப்பாடலின் அலங்காரங்களையும் இன்னும் குறிப்பாக, பாவங்கள் என்ற நாடக அம்சத்தையும் அதிகமாகச் சார்ந்து திரை இசை அமைந்திருந்தது. அதனால்தான் முன்பு பாடகர்கள், கவிஞர்கள் என்பவர்கள் முன்னின்று இசையமைப்பவர்கள் மறைந்து இருக்க வேண்டிய நிலை இருந்தது.

இன்னும் தெளிவாகக் கூறும்பொழுது, இளையராஜாவுக்கு முன்னுள்ள இசை திரையில் தோன்றும் ஒவ்வொரு பிம்பத்தையும் அரசியல் வெளியாக, குடும்ப வெளியாக மட்டுமே வரையறுத்து வந்ததுடன் அவற்றின் மூடிய தன்மைக்குள் திரும்பத் திரும்பக் கருத்துரைக்கும் சாதனம் என்றே செயல்பட்டு வந்திருக்கின்றது. மதம் சார்ந்த இசையில் இசை, நுட்பம் என்பவை மறக்கப்பட்டு செய்தி அல்லது வர்ணனை முக்கியமானதாகக் கருதப்பட்டது. இதனாலேயே பாடல் வரிகளை அல்லது ஒரு குறிப்பிட்ட காலம், இடம் மற்றும் உணர்வுடன் தொடர்புடைய இராகங்களை

இசைக் கருவியில் வாசிப்பதையே பின்னணி இசை என்றும் திரை இசை என்றும் கூறிக் கொண்டிருக்க வேண்டியிருந்தது. இந்தச் சூழ்நிலையில் இளையராஜாவின் இசை முதலில் பல்வேறு கலாச்சார வெளிகளை வெவ்வேறு அடுக்கில் தொகுப்பதாகச் செயல்பட்டது. இதை இளையராஜாவின் எதார்த்தவாத காலம் என்று கூறலாம். அதாவது, மூடிய இடத்திலிருந்து வெளிப்பட்டு புறம், வெளி, அங்கிங்கு என்பதை இவரின் இசை கொண்டு வந்திருந்த காலம்.

பின், இயற்கையை அதன் விஸ்தீரணத்துடன் அதன் எல்லையற்ற தன்மையுடன் அதன் சலனத்துடன் கொண்டு வந்தது. சூழலில் உள்ள பொருட்களை அவற்றின் நிறங்களுடன் வெளிப்படுத்தியது. காற்று, நீர், மண், காடு, மரங்கள், புல்வெளி, வெக்கை, ஈரம், பனி, கடல், தூறல், பாறை, நீண்ட மண்சாலை, மண் சுவர், கூரை, ஆடு மாடுகள், வீட்டு விலங்குகள், கோழி, வாத்து, பிற பறவைகள், வயல், ஓடை, வாய்க்கால் மாலை, இரவு, நள்ளிரவு, கோயில், சந்தை, சுடுகாடு, இன்னபிறவற்றுடன் எண்ணிக்கையில் அடங்காத மனித வடிவங்கள். ஒவ்வொன்றுக்கும் ஒரு வித்தியாசம் ஒரு வினோதம் இதனால் இவரின் இசைப்பரப்பு இரு மண்டலங்களாகப் பிரிகிறது; ஒன்று மொழியுடன் உறவுடைய பாடல் மண்டலம் மற்றது அதீத மொழியாகிய இசைக்கோல மண்டலம். இவருடைய சாதனை இரண்டிலுமே அளவுக்கு மிஞ்சியது, கலாச்சாரங்களின் பல்வேறு கூறுகளை உள்ளடக்கும் தன்மரபு இசையை, சந்தத்தை மிகப்புதிய சேர்க்கைகளுடன் உருவாக்கிய ஆரம்பகால இசைகள் ஒரு நிலவியல் பயணமாக இருந்து மானுடவியல் பதிவுகளாக வடிவமைக்கப்பட்டவை. குறிப்பாக, தமிழகத்தின் எல்லா நிலப்பரப்புக்கும் எல்லாச் சமூகப் பரப்புக்கும் இசை உருவம் தரப்பட்ட காலம் என்று இந்தக் காலத்தைக் கூறலாம். பலவித கிராமங்கள், பலவித வாழிடங்கள், பலவித நகர்ப்புறங்கள் இவற்றுடன் மண்ணின் பலவித வர்ணங்கள் வரை பின்னணியை, அதாவது இசைக்குறிப்பை எழுதிய காலம் என்று இது அறியப்படக் கூடியது. அதனால் இதை நிலவடிவியல் இசைப்பருவம் என்றும் கூற முடியும். அதேபோல், எதார்த்தவாத காலம் என்று கூறுவதற்கும் சில காரணங்கள் இருந்தன. கலாச்சார மெய்மைகள் பதிவு செய்யப்பட்டதும் மனிதரை அகவயமாய்ச் சுருக்காமல் புறவயமாக, அவர்களின் சுகமும் துக்கமும் வெளி, பொருள், கலாச்சார சமூக இடங்களுடன் தொடர்புடையது என்பதைக் காட்டும் இசை வடிவங்களை உருவாக்கிய காலம்.

இந்தப் பருவத்தின் இசை, புதிய ஓசைகளைப் புதிய சப்தங்களை நமக்கு அறிமுகப்படுத்தின. தமிழ்நாட்டின் ஒவ்வொரு நிலப்பரப்பும் விதவிதமான பின்னணியுடன் நம்முன் தோன்றியபொழுது அதுவரை மௌனமாக்கப்பட்டிருந்த அவற்றின் ரகசியங்கள் பல விதமாக ஓசையிடத் துவங்கின. இயற்கை வெளியும் கலாச்சார வெளியும் சமூக வெளியும் ஒவ்வொரு தருணத்திலும் ஒவ்வொரு இசையுடன் வரையப்பட்ட பொழுது இவற்றின் தொகுப்பான மனித மனம் மற்றும் கனவுவெளி அதுவரை இல்லாத வடிவ மாறுபாடுகளுடன் தருணம்தோறும் மாறுபவையாய் நிலையுறைந்து போகாத தன்மையடைந்தது.

இளையராஜாவின் இசையில் நாம் கவனிக்க வேண்டியது; இயற்கைப் படிமங்களுக்குத் தரப்படும் இசைவடிவம், தாவரச் சூழலுக்குத் தரப்படும் இசை வடிவம், நிலத்தோற்றங்கள், மலைத் தோற்றங்கள், நீரின் பலவித பாய்ச்சல்கள், தேக்கங்கள், ஒழுகல்களுக்குத் தரப்படும் இசை வடிவங்கள், காலமாறுபாடுகளுக்கு பொழுதுகளுக்குத் தரப்படும் இசை வடிவங்கள், ஒளியின் பலவித சேர்க்கைகள், ஒளிக்கதிர்கள், நிறக்கதிர்கள், இவற்றின் சலனங்களுக்குத் தரப்படும் இசை வடிவங்கள் திட, திரவ, வாயுப் பொருட்களின் இடம் மற்றும் இட மாற்றங்களுக்கான இசை வடிவங்கள், வாழிடங்கள், சுவர்களுள்ள இடங்கள், வெட்ட வெளிகளுக்குத் தரப்படும் இசை வடிவங்கள், பின் சமூகத்தின் உட்பகுதிகள், வேலையிடங்கள், வீடு மற்றும் அவற்றின் உட்பகுதிகளுக்குத் தரப்படும் இசை வடிவங்கள், கிராமம், நகரம் இவற்றில் மனிதர்கள் புழங்கும் இடங்களுக்குத் தரப்படும் இசை வடிவங்கள், மனித வாழ்வின் பல்வேறு தருணங்களுக்கான இசை வடிவங்கள், சடங்குகள், விழாக்கள், வழிபாடுகள் இவற்றிற்கான இசை வடிவங்கள், இவையின்றி வரலாற்றுக் காலங்கள், புராணக் காலங்களுக்கான இசை வடிவங்கள், மதம் மற்றும் கடவுள்சார்ந்த புனித இடங்களின் உட்பகுதி, வெளிப் பகுதி, இவைசார்ந்த பிற பகுதிகளுக்கான இசை வடிவங்கள், கலை–கலாச்சார நிகழ்வுகளுக்கான இசை வடிவங்கள், மிகவும் முக்கியமாக மனித உருவங்கள், பாவங்கள், அவற்றின் தனியான மற்றும் கூட்டான அசைவுகள், ஆட்டங்கள், முகம்–முகத்தின் மாற்றங்கள் இவற்றிற்கான இசை வடிவங்கள், மனித உடல்களில் ஆண், பெண் என்னும் வடிவங்களானது சூழலில் உள்ள பொருட்களுடன் கொள்ளும் பல்வேறு உறவுகளுக்கான இசை வடிவங்கள், மனித உடல்களின் அலங்காரம், வர்ணமயம், ஒய்யாரம் இவற்றிற்கான இசை வடிவங்கள், ஏக்கம் நிறைந்த

உடல்கள், உறுப்புகளின் நெருக்கத்திற்கான, பெருக்கத்திற்கான, இழைவிற்கான இசைவடிவங்கள், உடல்களுக்கிடையிலான அணுக்கம், விலகல், மோதல் இவற்றிற்கான இசை வடிவங்கள், உடல் கொள்ளும் பல்வேறு உணர்வுகளுக்கான இசை வடிவங்கள், அடுத்த கட்டமான கனவுகள், ஏக்கங்கள், ஆழ்ந்த சிந்தனை, நினைவுகூறல் என உள் நிகழும் சலனங்களுக்கான இசை வடிவங்கள், பின் உள்குறிப்பாக–ஆழ்மனம், பிரபஞ்சத்தன்மை, மந்திரம், வினோதம், விபரீதம், மர்மம் இவற்றிற்கான இசை வடிவங்கள்–இவ்வாறாக விரிந்துசெல்லும் ஒவ்வொரு நிலை மற்றும் இயக்கங்கள், சலனங்களுக்கு இவருடைய இசையில் ஒரு வடிவம் தரப்படுகிறது. திரைப் பரப்பில் காட்சிகளின் நழுவல்களில் இந்த இசை வடிவங்கள் ஞாபகம் கொள்ளப்படாமல் மிதந்து கரைந்து விடுகின்றன. இங்கு காட்சிகள் முதன்மையாகவும் அவற்றிற்குள்ளாக ஊடுபாவாக நெய்யப்படும் இசை இரண்டாம் நிலையாகவும் செயல்பட்டாலும்–காட்சிகள் என்பது இருப்பதைப் பதிவு செய்வதாகவும் அவற்றுள் இசை என்பது புதிதாக உருவாக்கப்படுவதாகவும் உள்ளது. ஆக, விழிப்புள்ள ஒரு சமூகத்தால், ஒவ்வொரு பொருளுக்கும் அவற்றின் இயக்கத்திற்கும் உள்ளாக இசை என்பதை இளையராஜா நான்காவது பரிமாணமாக வைத்திருக்கிறார் என்பதை உணர்ந்து கொள்ள முடியும். ஆக, வெளி முழுவதும் இவரால் நிரப்பப்பட்டிருக்கும் இசை வடிவங்களானது தொகுக்கப்படாமல் அலைந்து கொண்டிருக்கின்றன எனச் சொல்லலாம். ஒவ்வொரு மொழியும் அதன் சங்கேதங்களால் அனைத்தையும் எழுதிச் செல்லவேண்டும் என்ற தன்மையுடன் இவரின் இசை, கலாச்சாரத்தின் உபநினைவுத் தளத்தில்–சில சமயம் உள் நினைவுத் தளத்தில் ஊடுருவி சலனம் கொண்டு பதிவாகி தொடர்ந்து இழைந்து கொண்டிருக்கிறது என்பதை நாம் புரிந்துகொள்ள வேண்டியிருக்கிறது.

இளையராஜா இசையின் அடுத்தக்கட்டம் மனித உறவுகள், மனவேறுபாடுகள் மற்றும் சிக்கல்கள் தொடர்பான உளவியல் எதார்த்தம் சார்ந்தது. தமிழகத்தின் தன்மரபுப் பாடல்கள், சந்தங்கள், இவை அனைத்தையும் ஒருமுறைக்குப் பலமுறை அவற்றின் சாத்தியம் தீர்ந்துபோகும்வரை இவர் பல்வேறு மனித உணர்வுகளைச் சித்தரிக்கப் பயன்படுத்திக் கொண்டார். அதே சமயம், அவற்றின் கூறுகளை அடிப்படையாகக் கொண்டு புதிய புதிய சந்தங்களை உருவாக்கினார். இந்த வகைப் பாடல்களில் இவர் முற்றிலும் புதிதாக இணைந்தது அவற்றிற்கான வாத்தியங்களின் பின்னிசை மற்றும் பல்வேறு கூட்டிசைகளால் அமைந்த இடை

இசை. இதன்மூலமாக இந்தப் பாடல்களின் உணர்வுத் தீவிரமும் இடவிரிவும் அதிகமானது. இது, நமது பல்வேறு தன்மரபுகளில் எப்போதும் இல்லாதது.

இதுவரை இந்தவகை உலகம் மிகவும் ஒடுக்கம் நிரம்பியதாக, குறுக்கப்பட்டதாக இருந்தது. இந்த இசைப் பின்னணி அவற்றை வித்தியாசங்களுடன் விரிந்துகொண்டே செல்லும்படியான ஒரு சூழலை உருவாக்கியது. இதன்மூலம் இவற்றுடன் தொடர்புடைய மனித உணர்வுகளும் வெளியிடத்தை ஆக்கிரமித்தன.

திரைப் பின்னணியில் மிகவும் மேலோட்டமாக, சில சமயங்களில் அர்த்தமற்றதாகப் பதியப்பட்ட மனித உணர்நிலைகள் மற்றும் மனச் சலனங்கள் இவரின் இசைமூலம் காலம் தாண்டிய பல்வேறு மனித நிலைகளின் நினைவூட்டலாக அமைந்தன. தவிர்க்க முடியாமல் இவரின் இசையில் அமைந்த பாடல்கள் மிகச்சில வகைகளில் அடங்கிவிடக் கூடியவையே, அவை தமிழ்த் திரைப்படங்கள் தாண்டவே விரும்பாத வகைப்பாடுகள். ஒரு வகையில் திரைப்படத்திற்குள் மட்டுமே உள்ள வகைப்பாடுகள்.

காதல், காதலுக்கு முன்னுள்ள கனவு, ஆணுக்கு ஒன்று, பெண்ணுக்கு ஒன்று, காதல் ஏற்பட்டபின் வரும் கனவு இருவருக்கும் ஒன்று வீதம். நேரடியான காதல் பாடல்; இருபாலரும் ஒருவரை ஒருவர் புகழ்தல், வர்ணித்தல், காதலின் ஆழத்தைப் பல உவமைகளால் சித்தரித்தல், பின் தவிர்க்கவேமுடியாத பிரிவு, சிலசமயம் நீடித்த பிரிவு, சிலசமயம் குறுகியகாலப் பிரிவு, சோகம், மீண்டும் இணைவது பற்றிய கனவு அல்லது முன் நடந்தவை பற்றிய நினைவு. இணைவதின் இன்பம், கூடலுக்கான மறைமுகமான அழைப்பு, சிலசமயம் ஒருதலைக் காதல் இவற்றிற்கடுத்து குடும்ப உறவுகள், உடன்பிறப்புகள், உற்றாரிடையே பிரிவு, தனித்த தலைவன் பற்றிய புகழ்பாடல், சிலசமயம் அரசியல்(?) சார்புடைய பாடல்கள், அங்குமிங்குமாய் பக்தி வாய்ப்பாட்டு பாடல்கள், இவற்றிற்குள்ளே இருந்து சிந்திக்கும்போது எந்த ஓர் இசைக் கலைஞனுக்கும் வேறு வழியின்றி சில பத்துகளுக்குள் அடங்கிவிடக் கூடிய இசை வாய்ப்பாடுகள் மட்டுமே நினைவுக்கு வரும். அதுமட்டுமின்றி, எவ்வளவு கற்பனை செய்தாலும் மீண்டும் மீண்டும் ஒன்றேபோல் ஓசையும் சந்தமும் தோன்றுவது தவிர்க்க முடியாதது. இன்னும் இசைக் கருவிகளைப் பற்றி கூறவே தேவையில்லை. அவற்றில் எத்தனைவிதமான சேர்க்கைகளை உருவாக்க முடியும் என்பது பற்றிச் சிந்தித்தால் எல்லையற்ற

சாத்தியங்கள் தோன்றலாம். ஆனால் நடைமுறையில் மிகச் சில சேர்க்கைகளுக்குமேல் சொல்ல முடியாத சிக்கல் எழும். இவை அத்தனையும் மீறி இளையராஜா செய்திருப்பது ஒரு குறுகிய சாத்தியத்திற்குள் எல்லையற்ற சேர்க்கைகள். இசை, நடனம் என்பதில் மரபு என்பதே மிகப்பெரிய பலம். சில சமயம் அதுவே அழகும் ஆகலாம். மரபுக்கு வெளியே பறக்கும் துணிச்சல் பலநூறு இறக்கைகளுடன் இருந்தாலும் சிலசமயம் தோன்ற முடியாத ஒன்று; அதுவும் இசையில். இசை வழியாக இந்தப் பரவலை இவர் செய்திருக்கும் அதேசமயம், இந்த பிரமிக்க வைக்கும் வித்தியாசங்களினால் தட்டையான பரிமாணமற்றதாக மாற்றப்பட்ட இந்த மனித உணர்வுகளின் பதிலீடு செய்யமுடியாத வேறுபாடுகளையும் உருவாக்கி இருக்கிறார்.

இங்கு, இந்த உறைந்துபோன, ஒன்றேபோல் தோன்றும் மனித மனம் மற்றும் உறவு நிலைகள் ஒருவகையில் தமது முற்றர்த்தத்தை இழந்து விடுகின்றன. உள்ளடக்கம் என்பதும், பாடல், சொற்கள், தொடர்கள், இவை உருவாக்கும் அசட்டு உணர்ச்சிகள் என்பதும் இவரால் சிதறடிக்கப்பட்டு விடுகின்றன. எந்த ஒரு திறப்பின் மூலமும் வெளி நோக்கி விரிந்துவிடும் ஒலிக்கதிர்போல இவரின் இசைக் கோலங்கள் அமைந்து விடுகின்றன. மொழியர்த்தத்தை மீறியும் சிலசமயம் மறுத்தும் இவரின் இசை, மனித மனதையும் புலனையும் கொண்டு சென்று விடுவதன் மூலம் தமிழ்த் திரைப்படங்கள் உருவாக்கிய ஒற்றைத் தன்மையுடைய மனித மன, உணர் நிலைகள் உடைத்தெறியப்பட்டு, உள்ளே உள்ளே எனவும் அப்பால் அப்பால் எனவும் இரகசியம், மர்மம் எனவும் விரிந்து செல்கிறது. மனிதச் சேர்க்கைகளின் எல்லையற்ற மாறுபாடுகள் இவரின் இசையால் மட்டுமே திரைப்பரப்பில் மிக ரகசியமாகவும் மிகமிக வெளிப்படையாகவும் பாய்வை ஏற்படுத்தியது. அதாவது, வாய்ப்பாடுகளுக்குள் அடங்காத மனோ வினோதங்கள்–அது எவ்வளவு பழகிய மிகச் சாதாரணமாக தரப்பட்ட சூழலாக இருந்தாலும் இவரின் இசை அதன் விளிம்புகளை உடைத்துக் கொண்டு வெளியேறி விடுவதை நாம் கவனிக்க முடியும்.

தமிழ் கலாச்சாரத்துடன் மிகவும் பழகிவிட்ட பொது மரபு மற்றும் பெரு மரபு இசையாக உள்ள கர்நாடக இசை என்று அறியப்பட்ட ஆனால், தமிழ் வரலாற்றில் பல காலமாக இருந்து வந்திருக்கக் கூடிய இசை மரபுடன் இளையராஜா கொண்ட உறவு அவரின் அடுத்தகட்ட இசைச் சேர்க்கைகளை உருவாக்க வழியாக அமைந்தது.

கர்நாடக இசை மரபில் அடிப்படை இராகங்கள் ஒரு குறிப்பிட்ட எண்ணிக்கையில் வளர்ந்தும் இராக மாறுபாடுகள் மனம் செல்லும்வரை செல்லக்கூடியதாகவும் அமைகின்றன. சிலவகை உணர்ச்சிகளை, மனநிலைகளைச் சிலவகை இராகங்கள் உருவாக்குவதாக அமைகின்றன. அவற்றை அப்படியே பயன்படுத்துகிறவர்கள் இசை விற்பன்னர்களாக, இசை நிகழ்த்துபவர்களாகப் போற்றப்படுகின்றனர். அதற்குள்ளும் தமது குரல்வளம், கற்பனை இவற்றால் அழகு கூட்டுபவர்கள் மேலும் சிறப்புடையவர்களாகப் புகழப்படுகின்றனர். ஆனால், இந்த இசையின் கூறுகளை வைத்து புதிய வடிவங்களை, வினோதச் சேர்க்கைகளை உருவாக்கிய நிலையில் இளையராஜா இசைப்படைப்பாளியாகத் தன்னை வடிவமைத்துக் கொண்டார்.

இந்த பெருமரபிசையை தமக்கே உரியது என்று கூறிக்கொண்ட எந்தச் சாதிய, சமூகப் பிரிவினரும் கற்பனை செய்ய முடியாததும், சிலசமயம், பின்பற்ற முடியாததுமான இசை வினோதங்களை இந்த இசைக்குள்ளிருந்தே இவரால் உருவாக்க முடிந்தது. குறிப்பாகக் குரல்களை, அவற்றின் பாவங்களை இளையராஜா இசையுடன் கலந்த விதமும், சொற்களைத் தமது இசைக் கோலங்களுக்குப் பயன்படுத்திக்கொண்ட விதமும், கருவிகளுக்கென்றே இவர் உருவாக்கிய இசை வரிகளும் அளவுக்கு மீறிய இசைக் கற்பனை உடைய ஒரு படைப்பாளிக்கே சாத்தியப்படக் கூடியவை. குறிப்பாக, மனிதக் குரல்களைச் சிலசமயம் வாத்தியங்களின் நிலைக்கும் வாத்தியங்களை சிலசமயம் மனிதக் குரலின் நிலைக்கும் பின்னி அமைத்தது, உடலையும், கருவியையும் ஒரு தொடர் இசை அதிர்வுக்கு உட்படுத்திய உத்தியாக அமைந்தது. இவை அதிகமாகக் கேள்விக்கு உகந்த இசைகளாக இருந்தன. பாடல்களின் வடிவத்தில் இவை நினைவாகப் பதிந்தன.

அடுத்த கட்டமாக இவரின் இசை இந்திய, பிறமரபு இசைகளையும் மேற்கு நாடுகளின் இசை வகைகளையும் கருப்பின மக்களின் இசை வகைகளையும் ஒரு பரப்பிற்குள் கொண்டு வந்தது. இந்த வடிவமாற்றமே இளையராஜாவின் இதுவரையிலான சாதனைகளுக்குக் காரணமாக அமைந்ததும், இனி அவர் செய்யப் போகும் வேறு வடிவ சாதனைகளுக்குக் காரணமாக அமையப் போவதுமாகும்.

இவரின் இந்தக் காலகட்ட இசைக் கோலங்களிலும் பாடல் இசைகளிலும் தமிழகத்தின் பறையிசையிலிருந்து ஆப்பிரிக்க இனக்குழு இசை வரைத் தடயங்களை ஏற்படுத்தியுள்ளன.

இந்திய மற்றும் மேற்கத்திய தொல்மரபு மற்றும் நவீன மரபுகளை இவை தமது வெளிப்பாட்டிற்குப் பயன்படுத்திக் கொண்டன. இசைக்கருவிகளும் எண்ணிக்கையில் அதிகமாயின. மிகத் துல்லியமான சிறு இசை இழைகளிலிருந்து அதிர்வை ஏற்படுத்தும் தாள வகைகள் வரை ஒரு பெரும் கலாச்சாரத் தொகுப்பாக இவரின் இசை அமைய ஆரம்பித்தது. ஒரே இசை வடிவத்திற்குள் வெவ்வேறு இசைக் கருவிகளைப் பயன்படுத்துவது, அவற்றின் ஓசைகளைப் பிணைப்பது இன்றும்கூட அதிகப் புழக்கத்தில் இல்லாத ஒன்று. ஏனெனில் ஒவ்வொரு இசைக்கருவிக்கும் ஒவ்வொரு நிலவியல், கலாச்சார மொழிப் பின்னணி உண்டு. அவற்றிற்கென்று தனிமொழி உண்டு; அந்த மொழியால்தான் அவற்றுடன் நாம் உறவுகொள்ள முடியும். இதன்மூலமே அவையும் நம்மை வேறுவேறு உலகங்களுக்கு அழைத்துச் செல்லவும் முடியும். இல்லையெனில் அவை வெறும் வாக்கிய வாசிப்புகளுக்கு மட்டுமே துணையாகி வெறும் கருவியாக முடிந்து போகக்கூடியவை.

இந்த நுட்பம் புரிந்தநிலையில் இளையராஜா உருவாக்கிய இசை; பல கலாச்சார, பன்மை நினைவு இசை–இவை ஒரு வகையில் கனவு புனைவு, நாடகத் தன்மை உடையவை. ஒரே தளத்தில் எல்லா இசையையும் அவ்வவற்றிற்குரிய அதிர்வில் பிணைப்பதும் பின்னுவதும் கலாச்சாரத் தடைகளை உடைத்து ஒரு கூட்டுநிலையைக் கண்டடையும் முயற்சியாகும். தூய்மை வாதத்திற்கும் இன ஒதுக்குதலுக்கும் எதிரான, நாடோடித்தன்மை உடைய, அலையும் நினைவை உடைய இசை வடிவமாக இவை இருக்கின்றன. அதேசமயம், உறுதியான ஓர் இசை வரிசை முறையையும் இவை உருவாக்கின.

இவரின் பலகலாச்சார இசைப்பரப்புதான் ஆகக்கூடிய படைப்புகளை நோக்கி இதுவரை இவரை அழைத்துச் செல்லக் கூடியது. இவர் உருவாக்கும் திரைப் பின்னணி இசை ஒருவகையில் இதன் மூலம் திரைப் பிம்பங்களை கவனிக்கவிடாமல் செய்கின்றவையாக மாறி விடுகின்றன. அந்தப் பிம்பம் அதன் பலவித அர்த்தங்களை வெளிப்படுத்தத் தவறும்நிலையில், இசை அதைக் கடந்து வேறு வெளிகளுக்குச் சென்று விடுகிறது.

இதன் மூலம் இளையராஜாவின் இசை, திரைப்படத்தின் போதாமையை வெளிப்படுத்திவிடுகிறது. பிம்பங்களாக நாம் பார்க்கும் பொருள்களின் அர்த்தத்தைக் கலைத்துப் போட்டு விடுகிறது.

இவர் உருவாக்கிய பாடல்களைப் பொறுத்தவரை மொழியின் அர்த்தத்தை ஒரு புகையாக மாற்றி–சொற்களின் வடிவங்களைத் தமது இசையின் அலைகளில் மிதக்கும் பொருள்களாக மாற்றிய வடிவங்கள் என்று சொல்லலாம். இசை, சொல்லுக்குள் அடங்குவதோ, இசை சொல்லால் சொல்ல முடிகிறவற்றைச் சொல்வதோ இல்லை. அது தனி ஒரு மொழி. அதற்கென்று பல சங்கேதங்கள் உண்டு. ஒரு சொல், ஒரு தொடர், ஒரு கவிதை உருவாக்கும் அதே உணர்வை ஓர் இசை உருவாக்க வேண்டிய தேவை இல்லை. ஒரே உணர்வு–இசையின் மூலம் வெளிப்படும் பொழுது அது வேறுவகையிலும் மொழியின்மூலம் ஓவியம் மூலம் வெளிப்படும்போது வெவ்வேறு வகையிலும் வடிவமும் அர்த்தப் பரப்பும் கொள்கின்றன.

மொழி, இசையைச் சார்ந்து அமைவதுதான். மொழியும் இசையும் ஒரே புள்ளியில் தோன்றி வேறுவேறு மூலக்கூறுகளுடன் வளர்ந்தவைதான். ஆனால் இசை மொழியைச் சார்ந்து அமையத் தேவையில்லை. இந்த நிலை இப்படி இருக்க, நமது சூழலில் இசை என்றாலே பாடல்தான் என்ற நிலையும் இசைப்பாடலின் பகுதியாக இசை அறியப்படும் நிலையும் உள்ளது. இசைக் கருவிகளுக்கென்று தனியான இசைக்கோலங்கள், இசைச் சேர்க்கைகள், இசை வரிகள் அதிகம் இல்லாத நிலையும் உள்ளது. திரைப்படம் என்று வரும் பொழுதோ பாடல் சார்ந்ததுதான் இசை என்ற நிலை தவிர்க்க முடியாததாகிவிட்டது.

இந்தப் பின்னணியில் மொழிக்கும் இசைக்கும் இடையில் உள்ள பிணைப்பில் அதிகம் வினோதங்கள் உடைய பகுதி சந்தம், மெட்டு, பா ஓசை ஆகும். இவற்றையும் மிகப் பரவலாக, வித்தியாசமாக பலபடித்தானதாகக் கையாண்ட நிலையை இளையராஜாவிடம் கவனிக்கலாம். இவருடைய ஒவ்வொரு பாடலிலும் ஓர் இசை, மெட்டு கவிதைக்கான வரிவடிவைத் தருகின்றவையாக இருக்கின்றன. மொழி செயல்படும் கோடுகளை, தடங்களை, புள்ளிகளை இவை உருவாக்கி விடுகின்றன. பின் எந்த இசைப்பாடலும் இதனூடாக விரிவதன்மூலம் ஒருவித கிளர்ச்சி நிலையைத் தோற்றுவிக்க முடிகிறது. அவ்வகையில் இவரின் ஒவ்வொரு பாடலும் ஒரு ராகம் என்ற நிலையை அடையும் சமயங்களும் உண்டு. திரும்பவும் வராத ஒரு சந்தம், சில ஒற்றுமைகள் இருந்தாலும் வேறு சமயத்தில் வேறு சேர்க்கைகளுடன் வரும் சந்தம்–இசையில் பெரும் சவாலாக அமைவது. இந்தச் சவாலையே தனது தொழில்நுட்பமாகக் கொண்டு இயங்குவது இவரிடம் இயல்பாக அமைந்திருக்கிறது.

இந்திய இசை மரபு அதிகமும் நடிப்புத்தன்மை உடையது. பாவனைகளை மையமாகக் கொண்டு ஒரு நிகழ்த்துதலுக்கு வடிவமாக அமைவது. அந்த நிகழ்த்துதல்கள் ஒரு குறிப்பிட்ட இட வரையறைக்குள் சில குறிப்பிட்ட உணர்வு நிலைகளைச் சித்தரிப்பவையாகவும் வெளிப்படுத்துபவையாகவும் உருவாக்குகின்றவையாகவும் செயல்படுகின்றன. ரசங்கள் மற்றும் பாவங்கள் என்ற இரு தளங்களில் இவை அதிக ஊடாட்டம் கொள்கின்றன. அதிகமும் வார்த்தைப்பாடுகள், தொனிகள் என்பதற்கு முக்கியத்துவம் தருகின்றவை. நடனத்துடன் இணைகின்றபொழுது உடல் உறுப்புகளின், முகபாவங்களின், முத்திரைகளின், அடவு அசைவுகளின் இணைவுகளாக மாறுகின்றவை. குறிப்பாக, இவை உடல்–மனம் என்ற மையத்திற்குள் சுருண்டு சுருண்டு சுழல்கின்றவை. வேறுவகையில் கூறும் பொழுது இவை மனித நாடகீயத்திற்கு மட்டுமே பின்னணியாக அமைகின்றவை. இந்த நாடகீயம் என்பது அதிகம் கதை கூறும் தன்மையது. எல்லாவற்றையும் தமது எல்லைக்குட்பட்ட தமது உணர்வுகளின் மிகச் சில வகைகளுக்குள் அடக்கிவிடக் கூடியவையாக மாற்றிப் பொருள்படுத்தக்கூடியது.

இந்தப் பொருள்கொள்ளுதல் என்னும் தன்மை அதிகமும் இலக்கியத்தைச் சார்ந்ததாக இயங்கும். ஆனால், இசையானது இடம், காலம், வேறு வேறு பொருள்பரப்பு, தோற்றங்களின் பரப்பு, இயற்கைப் பரப்பு என்று நழுவிச் சென்று பொருள்கொள்ளுதலில் அடங்காதவைகளையும் உணர்வறிவின் வாய்பாடுகளுக்குள் முடிந்துபோகாத சமயங்கள், தோற்றச் சேர்க்கைகள், உணர்வுச் சிக்கல்கள் மற்றும் உணர்வு நழுவல் இவற்றை நோக்கிச் செல்லக் கூடியது. மேற்குலகின் சில இசைகளும் சில தொல்குடி இசைகளும் அதிகம் பருண்மையான இடங்கள், வனங்கள், இயற்கை வினோத வெளிகளில் உலவும் கால நழுவல்களை உடையவையாக உள்ளன.

இந்த இரண்டையும் இளையராஜா தமது பாடல் இசைகளில் பயன்படுத்தி ஒரு புதிய சேர்க்கையை உருவாக்கிக் கொண்டார். பாடலின் மொழிப்பகுதியில் நுட்பமான பாவனைகள், தொனிகள் இவற்றிற்குச் சந்தத் தன்மையை ஊட்டி உடல், உணர்வு மற்றும் மனிதச் சூழ்நிலைகளின் நாடகீய மாறுபாடுகளுக்கு ஒரு வெளிப்பாட்டு வடிவத்தை உருவாக்கிய அதே வேளையில்–பின்னணி இசை, இடை இசை இரண்டிலும் வெவ்வேறு இடம், வெளி, பரப்பு மற்றும் காலத்தினூடான பயணம், நழுவல், சிலசமயம் ஒரு முரண் கலப்பான இசை மண்டலத்தை இவர் உருவாக்கினார்.

இதன் மூலம் ஒரே சமயத்தில் மனிதமயமான ஒரு பிரபஞ்சத்தையும், மையமே அற்ற மனிதர் இடம் தரிக்க முடியாத ஒரு பிரபஞ்சத்தையும் திசை மாற்றங்களுடன் அருகருகே கொண்டு வந்த வினோதம் நிகழ முடிந்தது. இந்த இடத்தில் ஒரு கலைஞன் என்ற அளவில் மரபு என்பதன் எல்லையை அங்கீகரித்த அதே சமயம், தனது வெளிப்பாட்டிற்கு-பயணத்திற்கு-வேறு மரபுகள் தேவைப்பட்டால் அவற்றையும் தன்வயப்படுத்திக் கொள்ளும் ஒரு கடினமான பயிற்சியை இளையராஜா மேற்கொண்டார்.

இதன்மூலம் மரபு தந்த ஒடுக்கத்தை, நினைவு உறைந்த தன்மையை இவரால் உடைத்துக் கொண்டு வெளியேற முடிந்ததுடன்-வெளி நோக்கிய பயணமும் அப்பயணத் தோற்றங்களை மனிதச் சாயல்களுடன் பொருத்திப்பார்க்கும் சுதந்திரமும் இவருக்குக் கை வந்திருக்கிறது.

3

இளையராஜாவின் இசையைத் தனது பின் பரப்பாகக் கொண்டு இங்கு உருவாக்கப்பட்ட தமிழ்த் திரைப்படங்கள் ஒரு வகையில் மையமிழந்துபோன தன்மையையே அடைந்திருக்கின்றன. அதாவது, அவை எதை மறைக்க நினைத்தனவோ அவற்றை வெளிக்காட்டுவதாகவும், அவை எவற்றை ஒடுக்க நினைத்ததோ அவற்றைப் பரவலாக்கிவிடுவதாகவும் இவரின் இசை செயல்படுவதால், முரண்பிரக்ஞையை உருவாக்குதவதாக மாறி விடுகின்றன.

மறைக்க நினைத்தவை என்பது, வித்தியாசங்களையும் வேறுபாடுகளையும் ஒவ்வொரு பொருளுக்கும் இடத்திற்கும் சூழலுக்கும் தமிழ் திரைப்படங்கள் ஒன்றேபோலான நுகர்வுத் தன்மையுடைய, மிகவும் குறுகிய வரையறையுடைய ஒரு பொருள் கூறுதலையே செய்து, அதை மறுபடி மறுபடி பதியவைப்பதன்மூலம் ஒரேவித கருத்தாக்கத்தை ஏற்படுத்துகின்றன. பிம்பங்களின் மூலமான தொடர்குறியீடுகள் இன்று உள்ள சமூக கருத்துருவங்களுக்குச் சற்றும் முரண்படாத ஓர் அறிதல் முறையை உருவாக்குகின்றன. இந்த அறிதல் முறையைப் பிளவுபடுத்துவதாக இளையராஜாவின் இசை அமைகிறது. ஒவ்வொரு பொருளும் வேறு இசைப் பின்னணியில் பல்வேறு வித்தியாசங்களை வேறுபாடுகளை அடைகின்றன. இதனால் ஒரு முரண்படும் பிரக்ஞை இவரின் இசையால் உருவாக்கப்படுகிறது. ஒடுக்கப்பட்ட

ஒன்றைப் போலான பிரக்ஞைக்குள் முரண்படும் தளங்களை இவரின் இசை உருவாக்குகின்றது. புதிய புதிய இசைப்பிரக்ஞை, வித்தியாசங்களை நோக்கித் தள்ளிச் செல்கிறது. மரபதிகாரம், கருத்தாதிக்கம் இவைமூலம் அர்த்தமற்றதாக மாற்றப்பட்ட ஒவ்வொரு பொருளும் தமது வடிவத்தை மாற்றிக் கொள்கின்றன. ஒவ்வொரு பொருளுக்கும் ஒன்றுக்குமேல் எல்லையற்ற அர்த்தங்கள் சாத்தியம் என்பது இவரின் இசையால் உணர்த்தப்படுகிறது.

ஒடுக்க நினைத்தவை என்பது, மனித வித்தியாசங்களை. ஆதிக்கக் கருத்தாக்கத்தின் மூலம் ஒவ்வொரு மனிதரும் வரையறுக்கப்பட்ட சமூக அடையாளங்களுக்குள் ஒடுக்கப்பட்டதுடன், அவற்றிலிருந்து மீளும் உரிமையும் மறுக்கப்பட்டவர்களாக மாற்றப்பட்டுள்ளனர். வேறு அர்த்தம்கொள்ளும் உரிமை சமூக மனிதருக்கு இல்லாத பொழுது, பிரக்ஞையும் தன்னடையாளமும் உறையவைக்கப்படுகிறது. மொழியின் மூலம், பல்வேறு குறிகள் மூலம் மாறுபடும் தன்மைக்கு எதிரான இந்த எந்திரவியல் உருவாக்கப்படுகிறது. இதன் பகுதியான திரை பிம்பங்களும் மனித உருவங்களை மீண்டும் மீண்டும் ஒற்றை வகைமாதிரிகளுக்குள் ஒடுக்கும் செயலைச் செய்கின்றவையாகவே உள்ளன. இந்த வகை மாதிரிகளை அல்லது ஒரு குறிப்பிட்ட மனிதத் தோற்றத்திற்கு ஒரு குறிப்பிட்ட பண்பு மட்டும்தான் இருக்கும் அல்லது இதற்கு அர்த்த மாறுபடும் தன்மை கிடையாது என்ற முடிவுகளை இளையராஜாவின் இசை உடைத்து, ஒவ்வொரு மனிதத் தோற்றத்திற்கும் வேறு வேறு இசை அடையாளம், இசை வித்தியாசம் தருவதன்மூலம் அவற்றை ஒடுக்கும் பிம்ப மறைப்பிலிருந்து விடுபடச் செய்கிறது.

மறதிக்குட்பட்ட, சமூக மதிப்பீடுகளால் அர்த்தம் அற்றதாக விளக்கப்படும் ஒவ்வொரு மனித உருவத்திற்கும் பலவகை இசைத் தோற்றம் தருவதன்மூலம் இந்தியச் சமூகத்தின் மனித மறைப்பு, மனித ஒடுக்க உத்திக்கு எதிரானதாக இவரின் இசை இயங்குகிறது. இவரின் முதல் திரைப்படத்திலிருந்து இன்று வரை இந்த ஒதுக்கப்பட்ட தோற்றம் கலங்கிய மனித உருவங்களுக்கு இவர் வரைந்த இசை மறதிக்குள்ளானவற்றை நினைவு வெளிக்குக் கொண்டு வருவதாகச் செயல்படுகிறது. வெவ்வேறு வகையான பெண்கள், வெவ்வேறு வகையான ஆண்கள், வெவ்வேறு வகையான குழந்தைகள், வெவ்வேறு வயதில் மனிதர்கள், வெவ்வேறு சமூக வாழ்வுப் பின்னணியில் இவர்களுக்கு இசை பதியப்பட்டிருக்கிறது. இந்த இசையுடன் இவர்களின் தோற்றங்கள், மறுக்கமுடியாத இவர்களின் இருப்பையும் அர்த்தத்தையும் கூறுகின்றவையாகச் செயல்படுகின்றன.

4

ஒவ்வொரு இசையும் ஒவ்வொரு நினைவின் பதிவைக் கொண்டிருப்பவை. தொன்மையான நினைவுகளிலிருந்து வெவ்வேறு வகையான கலாச்சாரத் தருணங்கள், மனித சமூகங்களின் வேறு வேறு சந்தர்ப்பங்கள் பெறும் மாற்றங்கள், நுட்பமான அதிர்வுகள் என அனைத்தும் இவற்றில் பதிவாகி இருக்கலாம். இவற்றை தனித்தனியாக அறிவது ஒருமுறை. ஆனால் இவற்றை ஒரு காலத்தில் அடுக்குவதும் தொகுப்பதும் இன்னொரு முறை. இந்த அடுக்கும் தொகுக்கும் முறையை இளையராஜா தனது உத்தியாகக் கொண்டிருக்கிறார். இதனால் இவரின் இசை வேறு வேறு காலங்களினுடான பயணமாக இருக்கிறது. இந்திய சாதிய ஒடுக்கமும் உலக இன, வர்க்க ஒடுக்கமும் எதை எல்லா மனிதர்களுக்கும் மறுத்ததோ அதை இவரின் இசை மீறுகிறது. எல்லை மீறுவது இடம் மாறுவதும் இவரின் இசையாக உள்ளது. எல்லாவற்றையும் இசைத்துப் பார்ப்பதும் எல்லா இடங்களையும் ஊடுருவிப் பார்ப்பதுமாக இவரின் இசை உள்ளது. ஒரே தளத்தில் வேறுவேறு இன நினைவுகளைப் பிணைக்கிறார். ஒரே இழையில் வேறுவேறு கால நினைவை இசைக்கிறார். இதன்மூலம் இவரின் இசை மீறல்களின் இசையாக இருக்கிறது. பன்மைகளின் இசையாக இருக்கிறது.

ஒரே மனத்திற்குள் எத்தனை காலம், எத்தனை இடம் என்ற பிரமிப்பை இவரின் இசை பதிவு செய்து விடுகின்றது. இது இன்றைய இன அரசியலுக்கும் உலக மன அரசியலுக்கும் முரணான ஓர் உடைப்பு. விடுபட்டுக்கலையும் எல்லாவற்றிலுமாகத் தன்னைக் காண்பதும் எல்லாவற்றையும் தன்னை உருவாக்கியவையாக அறியும் உயிர்ப்பு. இந்த உயிர்ப்பு, இவரின் இசைச் சலனத்தில் தொடர்ந்து நிகழ்கிறது. தொன்மையிலிருந்து எதிர்காலம்வரை சலனிக்கும் இவரின் இசைக்கார்வை, தூய்மைக்கெதிரான கலப்பு. இன, நிறம், எல்லை, சாதி இவற்றை மீறும் ஒரு கனவு. திரைப்பரப்பைத் தனது பயிற்சிக்களமாக ஆக்கிக்கொண்டு அதிலிருந்து விலகி இவர் உருவாக்கிய How to name it, Nothing but wind போன்ற படைப்புகளை மேற்சொன்னவைகளுக்கு உதாரணமாகக் கூறலாம். இவற்றில் Nothing but wind என்ற படைப்பு, இவர் இந்திய இசைத்துறைக்கு அளித்த மாபெரும் கொடை எனச் சொல்லலாம். அதி விஞ்ஞானம் உருவாக்கும் பேரழிவுகளின் மனித வாதையை, இந்திய ஒலி மண்டலத்தில்

முதல்முதலாக பதிவு செய்திருப்பவர் இவர்தான் என்பதையும் இங்கு குறிப்பிட வேண்டும்.

ஒவ்வொரு இசைக்கருவிமீதும் தொல்குடி ரேகைகள் பதிந்திருக்கும். இவை மீட்டப்படும்போது குடிகளின் ஏக்கமும் கனவும் ஓசையெழுப்பும். இந்த இசைக்கருவிகளைப் பக்கம் பக்கமாக வைக்கும்பொழுது இருவேறு இனங்களின் ரகசிய சல்லாபம் நடந்து விடுகிறது. இந்த இனம் கலந்த சல்லாபங்களுக்கு இளையராஜாவின் இசைப் பரப்பு ஒரு தந்திர மண்டலமாக எப்பொழுதும் இருந்து கொண்டிருக்கிறது.

(இனி இளையராஜா இசைமூலம், தனது ஒலிமூலம் அசாத்தியங்களைச் சாத்தியப்படுத்தியது பற்றிய நினைவுகளும் எவை எவற்றிற்காக அவர் ஒரு அதிசயமாகத் தோன்றுகிறார் என்பது பற்றிய குறிப்புகளும் அவரின் அதீதம் எதிர்காலத்தில் வெளிப்படும் வடிவம் குறித்த ஆவல்களும் பதிவு செய்யப்படுகின்றன.)

5

உலக அளவில் மனித சமூகங்கள்மீது நடந்த பல்வேறு வன்முறைகள், கொடுமைகள், ஒதுக்குதல்கள், ஆதிக்கங்களுக்கு எதிராக முதல் குரல் ஆங்காங்கே கலை இலக்கியங்களில் எழுந்திருக்கிறது. மனிதக் கனவுகளை நோக்கி எழும் கலகங்களாக இவை இருந்து வந்திருக்கின்றன. இசையிலும் இவ்வகைக் கலகம் மிக நேரடியாகவும் சிலசமயம் சங்கேதமாக, குறிப்பீடாக நிகழ்ந்து கொண்டிருக்கிறது. உலக நாகரீகம் என்று கூறிக்கொண்ட சமூகங்கள் எந்த இனத்தை, எந்த நிறத்தை கேவலமானதாக, ஒதுக்கி வைக்க வேண்டியதாக, பல நூற்றாண்டுகளாக நிர்ப்பந்தித்து வந்ததோ அந்த இனம்தான் இன்று உலகிற்கான இசையைத் தந்து கொண்டிருக்கிறது. அந்த நிறம்தான் உலகிற்கான ஆட்டத்தை, களியாட்டத்தை, நடனத்தைத் தந்து கொண்டிருக்கிறது. அதே நிகழ்வின் வேறொரு வடிவம்தான் இந்திய மண்ணில் எந்தச் சாதிய குழுவின், எந்த ஆதிக்க வகுப்பின் உயர்தனி இசையையும் சவாலுக்கு இழுக்கும் இளையராஜாவின் இசை. இது, இசையின் அபரிமிதங்களை மிகச் சாதாரணமாகத் தொட்டுச் செல்லக் கூடியது. எப்படி இது சாத்தியம் என்று எவரையும் வியக்கவைக்கக் கூடியது. இன ஒதுக்கலை உடைத்துப் படைப்பின் வெளியைப் பதிவு செய்த புதிய இசை வகைகளில் நிகழ்ந்த அதே அதிசயம் இங்கும் நிகழ்ந்தது. கலந்து கலந்து எழும் வினோத இசைக்கருவிகள் அவற்றின்மீதான தடை மீறி மீறி இங்கு இசையால் வழிகின்றன.

உலகின் மிகச் சிறந்த இசைக் கலைஞர்கள் எல்லோரும் சுதந்திரம் என்பதையும் மிகைமனித வேட்கை என்பதையும் ஏதோ வகையில் தமது இசையின் மூலகங்களாகக் கொண்டவர்கள். அதே மூலகங்களை இந்தியாவின் ஒரு பகுதியில் வரலாற்றால் மறுக்கப்பட்ட, மறைக்கப்பட்ட ஒரு சமூகத்திலிருந்து ஒதுக்கப்பட்ட ஒரு கலைஞன் வெளிப்படுத்துவது என்பது சரித்திர அவசியம்தான்.

முறையாக எதையும் பெறமுடியாத ஒரு வாழ்க்கைச் சூழலில் அதீத தன்மையைச் சாதிக்கும் வெறியுடன் ஒரு கலைஞன் முற்றிலும் படைப்பாளியாக உருவாகி வருவதும், அந்த ஆற்றலை மேலும் மேலும் தேக்கித் தேக்கி எதிர்காலத்தை நோக்கிக் கொண்டு செல்வதும் இந்திய வரலாற்றின் ஓர் அவசியம்.

எல்லாம் பிறப்பாலும் மரபுரிமையாலும் மட்டுமே நிகழ்கிறது என்ற இந்திய வன்முறைக் கருத்தாக்கத்தை உடைத்தெறிந்து, இந்த ஆற்றல் எப்படி வந்தது எனத் திகைக்கவைக்கும் ஒரு புதிய நிரூபணமான இளையராஜா இந்துத் தத்துவத்தின் மூலத்தையே பொய்யாக்கிய ஒரு கலைஞன்.

6

இளையராஜா தனது படைப்புச் சுதந்திரத்தை முதன்மையாகக் கொண்டு மரபுகள் என்பவற்றை அடுத்தபடியாகக் கொண்டு செயல்படுகிறார். இங்கு படைப்புச் சுதந்திரம் என்பது கற்பனை தர்க்கத்திற்கு ஏற்பப் புதிய வடிவமைப்புகளை இசையில் ஏற்படுத்தும் ஆற்றல். வாழ்வின்மீது சுமத்தப்படும் பழக்கம் என்பதின் வரையறைகளை மீறி அசாத்தியங்களை நோக்கி எழுகிற சக்தி. ஏற்கனவே உறுதி செய்யப்பட்ட, உறைந்துபோன வடிவங்களை மீறும் தொடர்ந்த உயிரியக்கம். அதேசமயம், இந்த உயிரியக்கம் தொடர்ந்த ஒரு முழுமை வடிவத்தையும் எடுத்துக் கொள்ளத் தவறுவதில்லை.

இளையராஜா ஒரே சமயத்தில் நான்கு தடங்களில், வழிகளில் பாய்வுகளில் மாறி மாறிப் பயணப்படக் கூடியவர். முதலாவது, தமிழின் தன்மரபு இசை வகைகளும் இந்திய பிராந்திய இசை மரபுகளும்கொண்ட நாட்டு இசைத் தொகுப்பு; இரண்டாவது, கர்நாடக இசை, இந்துஸ்தானி போன்ற வழிமரபு அல்லது செவ்வியல் இசைத் தொகுப்பு; மூன்றாவது, ஐரோப்பிய வழிமரபு மற்றும் கலப்பு மரபு இசைத் தொகுப்பு; நான்காவது, தொல்குடி மரபுகளும் அவற்றின் தாக்கத்தை முழுமையாக உள்வாங்கிய

நவீன பன்மை மரபு; இவற்றை அவர் வெவ்வேறு வடிவங்களில் தொடர்ந்து பின்னி அமைத்துக்கொண்டே இருக்கிறார். இவற்றை அவர் ஒரு படைப்பிற்குள் பல தளங்களில் இயங்க விடுகிறார். ஒரு நாட்டுப்புற சந்தத்தில் ஆரம்பிக்கும் இசை மெல்ல ஐரோப்பிய இசை லயத்திற்கும், திடீரென இழைந்து ஓர் இந்திய சாஸ்திரீய வடிவிற்கும், பின் உயர்ந்து நவீன கூட்டிசை தொனிக்குத் தாவியும் கலந்தும் இளைத்தும் சலசலப்பதை, பாய்வதை நாம் கவனிக்க முடியும். இந்த தடம் கலக்கும் தன்மை வெறும் சுவாரசியம் என்பதற்காக நிகழ்வதும் இல்லை. இன்று உள்ள நிலையில் மனிதர்களுக்குள், சமூகங்களுக்குள் உள்ள கூட்டு நினைவை, தொகுப்பு உணர்வுகளை இந்த இசை இணைப்பு வெளிப்படுத்துவதாக அமைகிறது. மேலும் மேலும் எனப் புதிய மாறுபடும் வடிவத்தைக் கொள்ளும் மனிதக்கற்பனை, உணர்நிலைகள் தனித்த ஒரு மொழிச்சங்கேதம் மூலம் மட்டுமே வெளிப்பட்டு முடிவதில்லை. குறிப்பிட்ட காலத்திற்குள் குறிப்பிட்ட இடத்திற்குள் சமூக மனம் ஒடுங்கிவிடுவதும் இல்லை எனும் பொழுது அடுக்கடுக்காக உள்ள சமூக மனத் தொகுதியை வரிசை மாறியும் அமைவு கலைத்தும் அங்குமிங்குமாகவும் வெளிப்படுத்தும் மொழியாக இளையராஜாவின் இசை இயங்குகிறது.

இந்த இயக்கத்திற்குத் தடை ஏற்படும்பொழுது சட்டென வேறு தடம் மாறி, வெளி மாறி காற்றின் பாட்டையிலோ நீரின் கோட்டிலோ பயணப்பட்டுவிடுவதுபோல வேறு இசை மரபு, இசை வடிவ அமைப்புகளூடாக இவரின் இசை நிகழ்கிறது.

இவரது படைப்பு இப்படியாக தொகுதித் தன்மையும் பன்மைத் தன்மையும் உடையதாக இயங்கும் அதேசமயம், தனக்கென ஓர் உயிர்ப்புடைய வடிவச் சட்டகத்தையும்கொண்டு புதிதாகவும் உள்ளது.

இந்தப் புதிய இயக்கமுடைய வடிவத்தை உருவாக்கும் வினையில் இவர் மிக இலகுவாக மரபு எல்லைகளை மீறிக்கொண்டே செல்கிறார். அதேசமயம், தான் மீற எடுத்துக் கொள்ளும் இசைப் பரப்பை இன்னும் விரிவுபடுத்தியும் விடுகிறார். வரிசைக்கிரமங்கள், அடுக்குமுறைகள் என்பதை ஒரேவகை இசைக்குள் மட்டுமே நிகழ்த்துவதை ஒரு விதிமுறையாகக் கொண்ட ஒரு கலை வரலாற்றில், வெவ்வேறு அமைப்புகளின் வெவ்வேறு ஒத்த தன்மைகள், முரண்தன்மைகள் இவற்றிற்கிடையேயான அரிதான வரிசைக்கிரமங்களையும் அடுக்குமுறைகளையும் உருவாக்குவதன் மூலம் வினோதமான ஒரு கனவு மண்டலத்தை இவரால் உருவாக்க முடிகிறது.

இப்படி மாறு சுழற்சியாக, பலபடித்தாக அமையும் ஓர் இசை எந்தச் சமூக மனிதனின் பிரக்ஞைக்குள்ளும், தான் உறைந்த நிலைக்கெதிரான புகைத்தன்மையுடைய 'பொது நான்' அல்லது 'கலப்பின நானை' உருவாக்கிவிடக்கூடியது. இந்தப் புகைத்தன்மையை இவரின் இசை, இன்று தமிழ் மொழிப்பரப்பில் ஓர் உபநினைவாக உருவாக்கி வைத்திருக்கிறது என்றே கூற வேண்டும். இது பிரக்ஞைபூர்வமாக நனவு நிலையில் செயல்படும் பொழுது உறைந்த எதார்த்தத்திற்குள் அடங்காத, ஒற்றை அர்த்தம் மறுக்கும் மனிதர்களை இயக்க நிலையில் வைக்கக்கூடியதாக இருக்கும்.

மற்ற இசையமைப்பாளர்கள் நாட்டுப்புற-அதாவது, தன் மரபு இசை வடிவங்களைப் பயன்படுத்தியதற்கும் இளையராஜா இந்த வடிவங்களைத் தனது வெளிப்பாட்டில் வடிவமைத்ததற்கும் அடிப்படையான வேறுபாடுகள் உள்ளன. மற்றவர்கள் தன் மரபு இசை வடிவங்களை மாதிரியாகக் கொண்டு வழி மரபு (சாஸ்திரிய) இசை வடிவத்தில் அவற்றைக் கொண்டு வந்தார்கள். அதாவது, நாட்டுப்புறப் பாடல் ஒன்றை சாஸ்திரிய ராகம் ஒன்றின் மாறிய வடிவம் என்பதைக் கூறுவதுபோல ஒப்பிட்டுக் காட்டும்வகையில் அப்பாடல்கள் இருக்கும். அவற்றின் சந்தம், மெட்டு, பாடும் முறை இவற்றின்மூலம் அது ஏதாவதொரு ராகத்திற்குள் அடங்க வேண்டும் என்பதை நிர்ப்பந்திப்பதுபோல அவை இருக்கும். ஆனால் இளையராஜா, நாட்டுப்புற தன்மரபு இசைகளை அமைக்கும்போது அவற்றை முதலில் தனித்து ஒரு வடிவமாக வரைந்துவிடுவார். பின், குரல் பாடும் முறைகளில் நாட்டுப்புற மரபின் மிகத் துல்லியமான செப்பமான வடிவம் இதுவாக இருக்கலாம் என்ற மாதிரியை உருவாக்குவார். பின், தமிழக நாட்டார் இசைக்கருவிகளில் பெரும்பான்மையானவற்றை அப்படியே பயன்படுத்துவார். இவை அனைத்தையும்விட தானே ஒரு நாடோடிக் கலைஞனாக மாறி அதற்குள் நுட்பமான அழகுகளைக் கூட்டிச் செப்பம் செய்வார். இதன்மூலம் இது செவ்வியலின் ஒரு பகுதியாக மாறாமல் மிகத் தனித்தன்மையுடைய நாட்டுப்புறத் தன் மரபின் நுட்பங்கள் உடைய புதிய இசையாக தன்னெழுச்சி இசையாக வடிவம் கொண்டுவிடுகிறது.

இப்படியாக இவர் எத்தனை வகை மாதிரிகளை உருவாக்கினார் என்பதை ஒவ்வொரு பாடல்களில் மட்டுமின்றி உணர்விசைகள், இசைக் கோலங்களாக அமையும் பின்னணி மற்றும் துவக்க/இடை இசைகளிலும் நாம் கவனிக்க வேண்டும். திரும்ப, மறுமுறை வராத

அமைவு முறைகளை உருவாக்குவதில் இவர் மிகத் துல்லியமாக இருந்து கொண்டிருக்கிறார்.

இவரது இசை, இசைப்பா, பாடுபவரின் பாவனை, நடிப்பின் அலங்காரம்—இவற்றை அடிப்படையாகக் கொண்டு இயங்குவதில்லை. மொழியை மூலமாகக் கொண்டு, மொழியை அழகிய ஓசைப்படுத்தி அமைவது இல்லை இவரின் இசை. இசையால் தனியான கவித்துவத்தை இவர் உருவாக்குகிறார். இசையின் மொழியால் இசையால் மட்டுமே உணர்த்தக் கூடிய, இசையால் மட்டுமே வரைந்து காட்டக் கூடிய மனப்பதிவுகளை உருவாக்குகிறார். இசையைத் தனியான ஒரு புலனுக்கான தூய மொழியாகவும், அதே சமயம் அனைத்துப் புலன்களாலும் மொழிபெயர்க்கப்படக் கூடிய சங்கேத மொழியாகவும் இவர் கையாளுகிறார். மற்ற இசையமைப்பாளர்கள், இசைக்கலைஞர்கள்போல எதார்த்தமான சமூக உணர்வுகளை அடிப்படையாகக் கொண்டு, அவற்றை மூலமாகக் கொண்டு இவரின் இசை அமைவதில்லை. குடும்பம், நிறுவனம், முற்றொழுங்கு என்று திரும்பத் திரும்ப அமையும் அதிகப்படியான தனிமையாக்கும் தன்னடையாளம் காணும் உணர்வுகளைக் கொண்டு இவரது இசை அமைவதில்லை. மாறாக பொதுத் தன்னிலை, கூட்டு மனம் என்பதைக் கொண்ட இரண்டக உணர்வுகளே இவரது இசையின் அடிப்படைகளாக அமைகின்றன. காதல், தனிமை போன்ற உணர்வுகள் இவர் இசைப் படைப்புகளிலும் இடம் பெறுகிறதே என்று கேள்வி எழும். ஆனால், அவை மொழி, சொற்பாடு என்பவற்றால் உருவாகின்றவையே தவிர இவரது இசையால் அல்ல. மாறாக, அவை ஒரு தூரத்து மனித சாயலாகத்தான் தோற்றம் கொள்கின்றன. எங்கோ எவரோ இப்படியாக இருந்தால் என்ற கற்பனை உருவங்களின் இசை வடிவங்களாக இவை இருப்பதால், இவை ஒரு தொல்சமூகத்தின் குறி சொல்லும் பாடலுக்கான விளக்கத்தன்மை பெறுகின்றன. அதேசமயம், தம்மளவில் தாமே மொழியாகவும் உள்ளன.

இந்திய இசைக் கலைஞர்கள் பலர் பிரபஞ்சம், வெளி, நுண்ணுணர்வு, அதீதம், அகாலம், ஆழ் நினைவு என்பவற்றையும், இயற்கையின் முன்னே தம்மைக் கரைத்த நிலையையும் கொஞ்சம் கொஞ்சம் தனித்தனியாகப் பதிவு செய்திருக்கிறார்கள். மனித மனதிற்குள் இத்தனை அதிர்வுகள், அலைவுகள், சுழல்கள் என மனதின் எல்லையின்மையை நினைத்து மலைக்கவைக்கும், தன் மயக்கம் கொள்ள வைக்கும் இசையை உருவாக்கியே இருக்கிறார்கள். ஆனால் அவர்கள் செயல்படும் பரப்பும் இளையராஜா செயல்படும்

பரப்பும் வேறுபடவே செய்கிறது. தனித்தனியாக அங்கொன்றும் இங்கொன்றுமாக அவர்கள் செய்ததை இவர் இரண்டரை மணி நேரத் திரைப்படத்தை ஒரு சாக்காகக் கொண்டும் ஒரு நான்கு நிமிடப் பாடலைச் சாக்காகக் கொண்டும் ஒரே தளத்தில் செய்து முடித்துவிடுகிறார்.

மனதை நெகிழவைக்கும் பல பாடல்களை, இசைக் கோலங்களை இந்திய அளவில் நாம் பிறரிடமிருந்தும் கேட்க முடிகிறது என்பது உண்மையே. ஆனால் அவற்றில் ஒரு பொதுத் தன்மையைக் காணமுடியும். அதிகமும் அவை ராகங்கள், கீர்த்தனைகள், பஜன்களை அடிப்படையாகக் கொண்டு இடை இசையாக ஆலாபனைகளையே கொண்டு அமைகின்றன. ஆனால், இளையராஜாவின் இசைப் படைப்புகளில் அபரிதமான வகைகள், வடிவ வேறுபாடுகள் இருக்கும். மேலும் கருவிகளின் இசைப் பின்னல்கள் மிகவும் அசாத்தியமான கவித்துவங்களைக் குறிப்பீடுகளைக் கொண்டிருக்கும். மிகத் தாராளமான இசைக் கோலங்கள் பலவித அர்த்தப்பாடுகளுடன் மிக நெருக்கமாக அமைக்கப்பட்டிருக்கும்.

இவர் வாத்தியக் கருவிகளை ஒருவித மந்திரத்தன்மையுடன் கையாளுவதை நாம் காணமுடியும். ஒவ்வொரு வாத்தியக் கருவிகளையும் ஒரு தொன்ம தேவதையைப்போல இவர் வசப்படுத்தி வைத்திருப்பதை நாம் உணர முடியும். இசைக் கருவிகள், இசை உயிரினங்கள், இசை மீன் கூட்டங்கள் என சிலும்பலுறும் இவரின் இசைக் குறிப்புகள், ஒவ்வொரு இசைக் கருவியையும் ஒரு தாபமுடைய உடலாக மாற்றிவிடுவதைப் பல சமயங்களில் நாம் கவனிக்க முடியும். இவற்றை வேறு நாடுகளில் வேறு கலைஞர்கள் செய்திருந்தால் அதைப் பற்றி அதிகமாக பேசப்படுவதும் புளகாங்கிதமடைவதும் வியப்புறுவதும் ஒரு தினசரி நிகழ்ச்சியாக அந்நாடுகளில் மாறிப் போயிருக்கும்.

இளையராஜாவிடம் பிரமிக்கவைக்கும் வகைப்பாடுகள் உண்டு; வேறுபாடுகள் உண்டு, அசாத்திய கற்பனை உண்டு. அதேசமயம் மற்ற மேதைகளிடம் மிக அரிதாகவே காணப்படும் வேகம் உண்டு. இந்த வேகத்தில் இவ்வளவு துல்லியமாக ஓர் இசைக் கலைஞன் இவ்வளவு வகைவகையாய் இசையை எழுதிக் குவிக்க முடியாது. பல மேதைகள் தமது ஒரு சிம்பொனியை புனைய பல ஆண்டுகள் வாதைப்பட்டிருக்கிறார்கள். இன்னும் சிலர், தமது வாழ்நாளில் பத்துக்குள் அடங்கும் இசைக் கோலங்களைத் தந்துவிட்டு தீராப் புகழும் பெருமிதமும் (நியாயமாகவே) கொண்டு வாழ்ந்து

முடித்திருக்கிறார்கள். ஆனால் இளையராஜா ஓர் அசட்டுணர்ச்சிப் பாடலிலோ அல்லது அபத்தமான ஒரு படத்திற்கான பின்னணி இசையிலோகூட பேரிசைகளின் தடயங்களும் அடையாளங்களும் குறிப்புகளும் அலை அலையாய்ப் புரளுவதைக் காணமுடியும்.

7

பல இசைக் கலைஞர்கள் ஒவ்வொரு தலைப்புகளில் தங்கள் இசைக் கோலங்களைத் தருவதுண்டு. அப்பாலை, மழை, திரும்புதல், தூரல், விடியல் என்பன போன்ற பொருள்படும்படி அந்த இசைக் கோலங்கள் அமையும். இந்தப் பொருளுடன் தொடர்புடையதாகவோ, விலகியதாகவோ மனக் கனவுகளை, சித்திரங்களை உருவாக்கும் இசை வரிசைகள் அவற்றில் இருக்கும். அப்படியான இசைத் தொகுப்புகள் ஒரு கலைஞனின் வாழ்நாளில் சில வெளிவந்தாலே அக்கலைஞன் அவனது தேசத்தின் காவிய நாயகர்களில் ஒருவனாகி விடுவான். பின், அவனது படைப்புகள் திரும்பத் திரும்ப இசைக்கப்படும். நிகழ்த்தப்படும். வரலாற்றில் ஒரு பகுதியாகிவிடும். இளையராஜா இதுவரை அமைத்த இசைக்கோலங்கள், இசைக்கோர்வைகள் இவற்றை இப்படியான பல்வேறு பொருள் மற்றும் உணர்வடிவங்களின்கீழ் திரட்டித் தனித்தனி இசைத் தொகுதிகளாகக் கொண்டு வந்தால் இன்னும் ஒரு நுற்றாண்டுக்கான இசை நமக்குக் கிடைத்துவிடும். பிறநாட்டு இசைக் கலைஞர்களும் பிற மாநிலத்து இசைக்கலைஞர்களும் இவற்றைக் கண்டுகொள்ளாமலே போனால்கூட, நமக்கான சில நூற்றாண்டுகளுக்கான இசை, இப்படி பல்வேறு அர்த்தம் கெட்ட சில நூறு திரைப்படங்களுக்கு உள்ளேயும், மேலோட்டமாகவே கவனிக்கப்பட்டு அரைத்தூக்கத்தில் தவறவிடப்படும் ஆயிரக்கணக்கான பாடல்களுக்கு உள்ளேயும் பதுங்கிக் கிடக்கின்றன. சிலசமயம், வரிசை மாறி துண்டு துண்டாகவும் சிலசமயம், பேரிசை ஒன்றின் முதல் நாதவரி மட்டும் தட்டுப்படுவதுபோலவும் இந்த இசைப் படைப்புகள் முழுமை வேண்டி மயக்கத்தில் உள்ளன. முழுமை பெறுமாயின் அவை தனித்து இயங்கவல்லவை.

இதுவரை தான் படைத்தது, தனது மனதிற்குள் நினைவுக்குள் இருப்பதோடு ஒப்பிடும்போது ஒரு தூசுபோலத் தோன்றுகிறது என்றுகூறும் இந்த அதீதக் கலைஞன்–தன் இசை, தன் மூலமாக வேறு எங்கிருந்தோ பாய்கின்ற ஒன்று என்று உணரும் இந்த வினோதக் கலைஞன்–தனது வாழ்நாளுக்குள் தனது

கற்பனைகள் அனைத்தையும் மிச்சமின்றி வெளிப்படுத்திவிட்டு நிர்வாண நிலையை அடைய வேண்டும் என ஏக்கம் கொண்ட அசாத்தியக் கலைஞன்–தமிழ்ச் சூழலில் அறியப்படுகின்ற முறைகள் பலவகையானது.

பெரும் நிதி புழங்கும் திரைத்துறையின் ஒரு முக்கிய முதலீடாக இக்கலைஞன் அறியப்படுகிறான். பல்வேறு தகவல் ஊடகங்களின் பலமான பங்களிப்பாளனாக இக்கலைஞன் அறியப்பட்டிருக்கிறான். தீவிர மத நம்பிக்கையுடைய ஒரு மதப் பற்றாளனாக அறியப்பட்டிருக்கிறான். பற்றற்ற ஒரு துறவியாகத் தோற்றம் தரும் ஒரு திரையுலகக்காரனாக அறியப்பட்டிருக்கிறான். அதிகம் சம்பாதிக்கும் மிகச் சிலத் தமிழர்களில் ஒருவனாக அறியப்பட்டிருக்கிறான். தமிழிசையை வளர்த்தவனாகவும் அன்னிய இசையை இங்கு விதைத்தவனாகவும் அறியப்பட்டிருக்கிறான். அதேசமயம், கோடிக்கணக்கான ஒடுக்கப்பட்ட மக்கள் தாங்கள் பெருமைகொள்ள அமைந்த ஆயிரக்கணக்கான ஆண்டுகளாக தமக்கு மட்டுமே சொந்தம், தம்மால் மட்டுமே முடியும் என்று ஆதிக்கச் சாதியினர் கூறிய கலைச் சாதனைகளை ஓயச் செய்த பெரும் இனக் கலைஞனாகவும் அறியப்பட்டிருக்கிறான். இதில் எதுவாகத்தான் இருக்கிறோம் என்பதைப் பற்றிய கேள்வியோ, குழப்பமோ இல்லாமல் எல்லாக் கணங்களிலும் இசையாகவே மட்டும் இருந்து கொண்டிருக்கும் ஒரு கலைஞன் என்பது மட்டும் எப்பொழுதும் மாறாததாகத் தோன்றுகிறது.

படைப்புணர்வைச் செயல் வடிவம் பெறவிடாமலும் பதிவாக்க விடாமலும் சிதறடித்துவிடக்கூடியதுமாக தனது மிகை அதிர்வில் தானே குலைந்துபோகும் நிலையை உருவாக்கக் கூடியதாக மாறிவிடும். இதிலிருந்து தப்ப அதீத ஒழுங்கு என்ற உத்தியையோ, அதீத மன ஒருமை என்ற உத்தியையோ கையாள வேண்டியிருக்கும். அதேசமயம், வெளியுலகின் அலைவுகள் தமது புனைவு மனதைக் கலைக்காமல் இருக்கக் கற்பனையான ஒரு பாதுகாப்பு மண்டலத்தையும் உருவாக்கிக் கொள்ள வேண்டி வரலாம். விஞ்ஞானத்தில் பெரும் குழப்பங்களைக் கையாளுகிறவர்களில் இருந்து, உலகை மாற்றும் புரட்சி உத்திகளில் ஈடுபடுகிறவர்கள் வரை இந்தத் தற்புனைவு கவசம் தேவைப்படுகிறது. இலக்கியம், கலைப்படைப்புகளில் இந்த வகை அதீத தளத்தில் செயல்படுகிறவர்கள் இந்த ஊடாட்டத்தில் பலசமயம் உருக்குலைந்துபோக நேர்வதுண்டு. பிரபஞ்சத்தின் அதீதங்களுடன், மொழியின் அதீதங்களுடனும் விளையாட,

சல்லாபிக்க முனைந்துவிட்டவர்களுக்கு இந்த விபரீத விளையாட்டு தவிர்க்க முடியாததாகவே இருக்கிறது.

இளையராஜாவைப் பொறுத்தவரை ஓசைகளின் புயல் வெளியாகிய இசையின் அகால நடனக்கூடத்தில் ஓயாமல் அலைவுறும் அதே தருணத்தில்-முற்றான நிசப்தமும் தேவைப்படுகிறது. இந்த நிசப்தம் பற்றிய கற்பனை ஒரு விபரீதமான ஒழுங்கைத் தமது கனவுகளை–வடிவப்படுத்தத் தேவையான நிதானத்தை, அளிக்கக் கூடியதாக இருக்கிறது. மனதுக்குள் இசை–இதன் விபரீத அதிர்வில் தத்தளிக்கும் உடலுக்குத் தியானம். நினைவுக்கும் கனவுக்கும் இடையில் ஒரு தந்திரமான சமநிலை உடன்பாடு. எப்படியாயினும் இசையின் வினோதமே இங்கு உயிர்த்தலுக்கு உத்தி.

8

இளையராஜாவின் இசை உருவாக்கத்தில் நாம் கவனிக்க வேண்டிய மிக முக்கியமான பகுதி அவரின் அசாத்தியமான உழைப்பு, சாதகம், பிரக்ஞைபூர்வமான பகுத்தறிவும் தொகுப்பறிவும். மிகச் சிக்கலான நினைவாற்றல், துரிதமான கணிப்பு, நுட்பம், இவையனைத்தும் வடிவமற்று அரூபமாக மனதில் தோன்றும் இசைக்கு வடிவம் தர அதைக் கருவிகளூடாக, எந்திரங்களூடாக கட்டமைக்க அவசியமானவை. தான் இசையை உருவாக்க ஆரம்பித்த காலத்தில் இசையையோ அதன் தொழில்நுட்பத்தையோ முறையாகக் கற்றதில்லை என்று கூறும் இவர், அதற்குப் பிறகு ஒவ்வொரு நாளும் அறிந்துகொள்வதிலும் புரிந்துகொள்வதிலும் தனது ஆற்றலைச் செலவிட்டிருக்கிறார் என்பது தெரியவரும்.

அதற்குமுன் பரந்துபட்ட இசை சார்ந்த கவனிப்பும் பல்வேறு கலாச்சார மக்களுடன் பழகிப் பதிந்துகொண்ட நினைவுகளும் அசாத்தியமான ஒன்றை இசையால் சாதித்துவிட வேண்டும் என்ற வேட்கையும் மட்டும் இவருக்கு இருந்திருக்கலாம். ஆனால், இவற்றை மட்டுமே வைத்துக் கொண்டு இன்றைய சாதனைகளையோ, இனி செய்யப்போகும் படைப்புச் சாதனைகளையோ இவரால் நிச்சயம் செய்ய முடியாது. இதற்குப்பின் இருப்பது ஒரு தீவிரமான ஒத்திகை. இன்று உலகின் பல்வேறு முக்கியமான இசை வகைகள் பற்றிய ஞானமும், வெவ்வேறு இசைக் கருவிகளின் நுட்பமும், உயர் தொழில்நுட்பத்திற்கும் இசைக்கும் உள்ள உறவு பற்றிய தெளிவும், மின்நுட்பக் கருவிகளை இசைக்குப் பயன்படுத்தத் தேவையான

பயிற்சியும், உலகின் மிக முக்கியமான இசைக் கலைஞர்களின் சாதனைகள் பற்றிய அறிவும் நிறைந்த ஒருவராக இளையராஜா இருப்பதற்குத் தொடர்ந்த மனப்பழக்கம் காரணமாக இருக்கிறது. மிகை மனிதராக எத்தனிக்கும் எவருக்கும் இவை மிக அவசியம்.

இவை அரசியல், பொருளாதாரம், கட்டுமானம் என்ற துறைகளில் செலுத்தப்படும்பொழுது, மனித மறுப்பு, மனித அழிப்பு உத்தியாகவும் அறவியல், அழகியல், கலை, இலக்கியங்களில் செலுத்தப்படும்பொழுது மனித வினோதங்களை அடையாளம் காணும் உத்தியாகவும் செயல்படக் கூடியவை. தன்னை மிச்சமின்றி வெளியேற்றிவிட வேண்டும், தன்னை முற்றிலுமாகப் பகிர்ந்து தந்துவிட வேண்டும் என்று ஆவல் கொண்ட ஒரு கலைஞனான இளையராஜா, தான் எப்படி உருவானவன் என்பதை விளங்கிக் கொள்ள முடியவில்லை என்று கூறினாலும்–புற நிர்ப்பந்தங்களைத் தாண்டித் தன்னை வடிவமைத்துக் கொண்டது ஒரு மிக விழிப்பு நிலையால்தான் சாத்தியப்பட்டிருக்கிறது.

9

இளையராஜா மேற்கத்திய இசைக்கருவிகளை, மேற்கத்திய இசை முறைகளைப் பயன்படுத்தியபோதும், அவர் மேற்குலக நுகர்வு கலாச்சார பிரக்ஞையை உருவாக்கும் இசையை உருவாக்கவில்லை என்பது கூர்ந்து கவனிக்கும்போது தெரியவரும். அவருடைய பல இசைப் படைப்புகள்–செய்து பார்த்தல் அல்லது ஒரு வித்தியாசம் புரிதல் என்ற தன்மையை உடையதாகவும், வெளியே இருந்து வேறொரு இனத்தின் சடங்குகளை வித்தைகளைக் கவனித்தல் போலவும் இருக்கின்றன. வேறு பலவற்றை, வேறு பிறவற்றைத் தன்னூடாக வெளிப்படுத்தல், பிறவற்றைப் பிறவற்றால் உணர்தல் என்ற நுட்பமும் கொண்டவையாக இவரின் பல இசைப் படைப்புகள் உள்ளன. இதனால் இவரின் இசையுணரும் மனிதர் ஒரே சமயத்தில் ethnic being ஆகவும் அதே சமயம் cosmic being ஆகவும் கலைந்து இருக்க முடியும். அல்லது எதுவும் அற்ற தானழிந்த நிலையையும் அடைய முடியும். எப்படியானாலும் தமிழ்நாட்டின் வீதிகளில் கடந்த இருபது ஆண்டுகளாக ஒவ்வொரு மனிதரும் இறுகிய வடிவமுடைய ஒரு சமூக அரசியல் மனிதராக உலவிய அதே சமயம்–வடிவம் கலைந்த ஒரு இசைரூப எதிர்மனிதராகவும் உலவிக் கொண்டிருப்பதற்கு இளையராஜாவின் இசை ஆக்கங்கள் காரணமாக இருந்திருக்கின்றன.

10

இளையராஜா இனி சிலவற்றைச் செய்தால் உலக அளவில் உரிய கவனிப்பைப் பெற வழியாக அமையும். அதன்மூலம் புதிய ஒரு இசை அறிவை உடைய தலைமுறையை எதிர்காலத்தில் உருவாக்க முடியும்.

- திரையிசையை மீறிய தனித்த இசைக் கோலங்களைப் பல்வேறு தலைப்புகளில் தொகுப்புகளாகத் தொடர்ச்சியாக வெளியிட வேண்டும்.
- உலக அளவில் கவனிக்கும்படியான பரிசோதனை இசை வகைகளை உருவாக்க வேண்டும்.
- இந்திய இசை மரபுகளின் மிக நுண்ணிய அழகுக் கூறுகளில் தனக்கு மிகவும் பிடித்தவற்றைச் சேர்த்து இசைக்கோலங்களை உருவாக்க வேண்டும்.
- விதவிதமான இசைக்கருவிகளுக்கான இசைக் குறிப்புகளை எழுதி அவற்றைப் பதிப்பிக்க வேண்டும். அவற்றின் மாதிரி இசைவடிவங்களை வெளியிட வேண்டும்.
- வெவ்வேறு நாடுகளில் உள்ள இசைக் கலைஞர்கள் பாடகர்களுடன் இணைந்து சில பாடல்களையோ இசைக் கோலங்களையோ உருவாக்க முயற்சி எடுக்க வேண்டும்.
- மக்கள் மத்தியில் பழக்கத்திலுள்ள நாட்டுப்புறப் பாடல்களைச் சேகரித்துச் செப்பமாக அமைத்துச் சிலவற்றை வெளியிட வேண்டும். இதன்மூலம் திரைப்படங்கள் மட்டும்தான் பாடல் என்ற நிலைமாறும். தனித்த இசையைக் கேட்க மக்களுக்குப் பழக்கம் ஏற்படும்.
- சிம்பொனி போன்ற பேரிசை வடிவங்களை உருவாக்கும் பொழுதும் தவிர்க்க முடியாத ஒரு இந்தியத் தன்மையைப் பதிவு செய்ய வேண்டும். இதன் மூலம் அது மேற்குலகின் இசையிலே கரைந்து விடாமல் என்றும் தனித்து இருக்கச் செய்ய வேண்டும்.
- அதிகபட்சமான உயர்தொழில் நுட்பங்களின் மூலம் முற்றிலும் இயந்திரம் மற்றும் பொறியியல் சார்ந்ததாக எந்தக் கலைவடிவமும் மாறுவது மனித மறுப்புத் தன்மையுடைய ஆதிக்கச் சூழலுக்கு உகந்ததாகவே முடியும் என்பதால் இது பற்றிய பிரக்ஞையுடைய

கலைஞனான இளையராஜா—அதிகமாக மனிதக்குரல்கள், நேரடி இசைக் கருவிகள், இயற்கைப் பொருள்களின் ஓசைகள், தொன்மை நிறைந்த இசை உத்திகளை மட்டுமே உடைய இசைப் படைப்புகளைத் தனது உருவாக்கங்களின் ஒரு பகுதியாகவே பிடிவாதமாக வைத்துக்கொள்ள வேண்டும். இது எதிர்வரும் தலைமுறையினருக்குச் சுதந்திரத்திற்கான வேட்கை உடைய பிரக்ஞை உடைய பகுதியினருக்கு—ஓர் உந்துதலாக, தமது மாற்று வாழ்க்கைக்கான இசைத்துணையாக இவற்றை வைத்துக் கொள்ளும் ஊக்கமாக அமையும். இதைச் செய்யக்கூடிய மன ஆற்றலும் கற்பனையும் உழைப்புச் சக்தியும் அதேசமயம், வசதியும் இளையராஜாவுக்கு மட்டுமே உண்டு என்பதை இவர் நினைவில் கொண்டு தனது எதிர்காலத் திட்டங்களை அமைக்க வேண்டும். இது வரலாற்றில் இவருக்கு மாற்றமுடியாத, மறுக்கமுடியாத ஓர் இடத்தைப் பெற்றுத் தரக்கூடியது.

- நுகர் பொருள் கலாச்சாரமும் பன்னாட்டுச் சந்தைகளும் மூன்றாம் உலக நாடுகளை வறண்டு போகச் செய்கின்ற இந்தக் காலகட்டத்தில் இசையையும், சுய பிரக்ஞையுடைய தமது மனித மற்றும் இயற்கை வளங்களைப் போற்றும் சுதந்திரத்தின் அழகியல் அறிந்த சமூக மனிதர்களை உருவாக்கும் கலைவடிவமாக நேரடியாகவும் குறிப்பாகவும் முடிந்தவரை செயல்படுத்தத் தனது பங்களிப்பைச் செய்ய வேண்டும்

இந்த இசைக் கலைஞனை மேலும் மேலும் அறிவதன்மூலம் நமது காலத்தின் உள்ளீடான ஓர் இசையை அறிந்துகொள்ள முடியலாம். வேறொரு கலைச் சாதனமான திரைப்படத்தின் மூலம் புலப்படுத்தப்படும், அதேசமயம், அதிகம் மறைக்கப்படும் ஓர் இசை மண்டலத்தை நுட்பமாக உணரவும் அதனால் மறதிக்குள் போகும் பல ஓசைக் கூட்டங்களை நினைவுக்குள் கொண்டு வரவுமான அவசியம் உணரப்படலாம். ஓர் அசாத்தியமான இசைச் சேர்க்கை நம்மை சூழ்ந்திருப்பதைக் கவனிக்காமல் நாம் கடந்து சென்று கொண்டிருப்பதையும் ஓர் அதீதக் கலைஞன் வேறு வேறு அடையாளங்களுடன் நம் பார்வையில் படாமல் திரிந்துபோவதையும் மனம்கொள்ள நிசப்தத்தின் அல்லது பேரிரைச்சலின் பயங்கரத்தை நமது கலாச்சாரம் சில நாட்கள் அனுபவிக்க வேண்டியிருக்கலாம்.

இளையராஜாவுடன் உரையாடல்

கேள்வி

இந்திய இசை மரபுகளில் நாட்டுப்புற இசைமரபுகள் தவிர பிறவற்றில் உள்நோக்கிய தன்மை ஒன்று இருக்கிறது. வெளி, இடம், இயற்கைப் பிரதேசங்கள் என விரிந்து செல்வதை விடவும் ஒருணர்வுத் தன்மைக்கு அதிக முக்கியத்துவம் தரப்படுகிறது. ஒரு தன்மையுடைய உணர்வு, பாவம் இவற்றை மையமாக வைத்து இசை குவிந்து விடுவது அதிகம். மேற்கத்திய இசையில் அதிகமாக வெளி, இடம், பிரதேசங்கள் என உலவும் தன்மை அதிகம் காணப்படுகிறது. ஓடை, மலை, வீதி அல்லது அரண்மனை என்ற இடம்விட்டு இடம் தாண்டிச் செல்லும் தன்மையை மறுமலர்ச்சிக் காலத்திற்குப் பிந்தைய கால ஐரோப்பிய இசையில் கேட்க முடிகிறது. தேவாலயங்கள், மத நிகழ்வுகள் என்பதில் தொடங்கியபோதும் மேற்கத்திய இசையானது வளர்ந்து பல்வேறு மனித மற்றும் பிரபஞ்சத் தன்மைநோக்கி விரிந்து செல்வதையும் காணமுடிகிறது. உங்கள் இசையில் இவ்விரண்டு மரபுகளின் கூறுகளையும் வெவ்வேறு விகிதத்தில் பயன்படுத்துகிறீர்கள். ஒரே சமயத்தில் மனம் மற்றும் வேறு வெளி என்ற பிரதேசங்களில் உலவும் இசையை உருவாக்குகிறீர்கள். ஒரே இசைக்குள் இதைக் கொண்டு வர நீங்கள் எந்த முயற்சி மேற்கொண்டீர்கள். இதற்கான பின்னணியாக நீங்கள் எதைக் கூறமுடியும்.

இளையராஜா

ஓடை, அரண்மனை இப்படி எதுவாக இருந்தாலும் ஒரு மனிதனுக்குள்ளிருந்துதான் விஷயங்கள் வரவேண்டும். கலாச்சார அடிப்படை, அவன் பிறந்த இடம் மற்றும் சூழல் பற்றிய பதிவுகள் ஒவ்வொருவனுக்கும் இருக்கிறது. அதாவது, ஒரு குறிப்பிட்ட நிலத்தில் ஒரு குறிப்பிட்ட பயிர்தான் விளையும் என்பது இயற்கையின் விதியாக இருக்கிறது. அதை இறைவனின் விதி என்று நான் சொல்லலாம். அதையே நீங்கள் இயற்கையின் விதி என்று சொல்லலாம். ஆக, இந்த நிலத்தில் இதுதான் விளையும் என்பதுபோல இந்த மண்ணில் நான் தோற்றுவிக்கப் பட்டிருக்கிறேன். இந்த மண்ணில் தோற்றுவிக்கப்பட்டபோது இங்கு இசையின் அடிப்படை எப்படி இருக்கிறதென்றால் அது

பக்திபூர்வமானதாக இருக்கிறது. பக்திபூர்வமானதாகத்தான் முதன்முதலாகப் பாடல்கள் உண்டாக்கப்பட்டன. இதில் நீங்கள் யாராக இருந்தாலும் நான் யாராக இருந்தாலும் நமது முன்னோர்கள் காட்டுமிராண்டிகளாகத்தான் இருந்திருக்கமுடியும். அதற்குப் பிறகு அவனுக்கும் தனியாக ஒன்றைப் படைக்கும் அறிவு தோன்றவில்லை. ஒரு பறவை குக்கூ என்றவுடன் அதைப் பார்த்து இமிடேட் பண்ண வேண்டும் எனத் தோன்றியது. பிறகு வேறொன்று வேறொன்று என இமிடேட் செய்யச் செய்ய இசை உருவாகி இருக்க வேண்டும். இப்படியே அது உருவாகி இருந்தாலும் நமது முன்னோர்கள் முதலில் காட்டுமிராண்டித்தனமான ஓர் இசையிலிருந்துதான் ஆரம்பித்திருக்கிறார்கள். எது எந்தச் சமூகமாக இருந்தாலும் அதன் இசையின் அடிப்படை என்பது காட்டுமிராண்டித்தனமான ஒன்றிலிருந்துதான் காலப்போக்கில் பண்படுகிறது. ஆக, இசையினூடாக இவ்வாறாக வளர்ந்த அவன் தன்னைவிட இப்பிரபஞ்சம் நீண்டகாலமாக இருக்கும் ஒன்று என்பதை உணர்ந்ததும் தன்னை மீறிய ஒரு சக்தி இருக்கிறது என்பதில் நம்பிக்கை கொண்டான். தன்னை மீறிய சக்தி என்பதுதான் இருக்கிறது, தான் இல்லை என்பதின் அடிப்படையில் பக்திப் பாடல்கள் உருவாக ஆரம்பித்தன. இந்தியாவில் தோன்றிய பாடல்களோ சங்கீதங்களோ எல்லாமே பக்தியின் அடிப்படையில் தோன்றியவைதான். மொகலாயர்களின் வருகைக்குப் பிறகே இசை என்பது கேளிக்கைக்கான ஒன்றாகவும் அரண்மனைக்கானதாகவும் கஸல் போன்ற வடிங்களில் உருவானது.

நம்முடைய இசை என்பது வாத்தியங்களை அடிப்படையாகக் கொண்டு உருவானது அல்ல. நம்மிடம் வாத்தியங்களென குழல், வீணை, நாதஸ்வரம் என்று இருக்கிறது. வட இந்தியாவில் என்று எடுத்துக் கொண்டால் சித்தார், சாரங்கி, ஷெனாய் போன்றவை இருக்கின்றன. வயலின்கூட வெளிநாட்டு வாத்தியம்தான். இங்கே மிருதங்கம் இருக்கிறது. அங்கே தபேலா இருக்கிறது. அதன் அடிப்படையில்தான் இவர்கள் படைக்க வேண்டியுள்ளது. எதனால் மேற்கத்திய கலைஞர்கள் வெளிநோக்கிப் போனார்கள், நாம் உள்நோக்கிப் போனோம் என்பதில் எந்த இசையாக இருந்தாலும் அது வெளி நோக்கியதாகத்தான் இருக்கும். நீங்கள் சொல்வது என்னவென்றால்–அவர்களுடைய வாத்தியங்களென்பது எண்ணிக்கையில் அதிகமாக செல்லோ, வியாலோ, ஃப்ளூட், பேஸ், ஆர்ப், பியானோ என அவர்களின் கண்டுபிடிப்புகள் அதிகமானவையாக இருந்ததனால் அதற்கு அவர்கள் இசையை உருவாக்குவது தேவையாக இருந்தது. அரண்மனைகளிலும்

கேளிக்கைகளிலும் இசைத்தார்கள். ஆர்க்கெஸ்ட்ராவிற்காக எழுதினார்கள். இங்கு நாதஸ்வரத்திற்கென்று யாரும் இசை எழுதவில்லை.

தியாகராஜ சுவாமிகள் எழுதிய கீர்த்தனைகளோ அல்லது கோபால கிருஷ்ணபாரதி எழுதியதோ அல்லது யாரேனுமொருவர் வாய்ப்பாட்டாக எழுதிய ஒன்றை இவர்கள் நாதஸ்வரத்திற்காக எடுத்து வாசிக்கிறார்கள். ஆக, வாத்தியத்திற்கென்று ஓர் இசை நம் நாட்டில் கிடையாது. ஆக, இதெல்லாம் இப்படியாக இருக்கும்போது நான்தான் புதிதாகச் செய்தேன் என்று இல்லை. எனக்கு முன்னால் இருந்தவர்களெல்லாம் அந்த வாத்தியங்களை சினிமா இசையில்–உதாரணமாக, தியாகராஜ பாகவதர் காலத்தில் சாக்ஸோபோனை கர்நாடக இசைக்குப் பயன்படுத்தினார்கள். இதில் என் பங்கு எனச் சொல்லவேண்டுமென்றால் பலவித இசைப்போக்குகளூடாக ஒரு ‘ஹார்மோனி’யை உண்டு பண்ணியதுதான். இந்த ‘பேட்டர்ன்’ இந்திய மக்களால் பெரிதும் வரவேற்கப்பட்ட ஒன்று. அதை நானே வம்படித்து உருவாக்கியதல்ல. அது இயற்கையாக என்னுள்ளிருந்து உருவான ஒன்று. இதுவரை அது பலபேருக்கு வழிகாட்டியாக இருக்கிறது என்பது வேறு விஷயம்.

கேள்வி

நாங்கள் கேட்க நினைத்தது என்னவென்றால்–இங்கே இவர்கள் ஏற்கனவே மேற்கத்திய இசையைக் கலந்து செய்திருக்கிறார்கள். அதில் பாவம், உணர்வுகள் மற்றும் நடனத்திற்கும் அசைவுகளுக்கும் முக்கியத்துவமளிக்கும் வகையில்தான் ‘இடைஇசை’ என்பதைப் பயன்படுத்தியிருக்கிறார்கள். உங்களுடையது அப்படி அமையவில்லை. ஒரு பாடலில் அதன் இடை இசையானது ஒரு பயணமாகி விடுகிறது. ஒரு மலைப் பகுதியின் உணர்வு, உடனே ஒரு பாலையின் உணர்வு, பிறகு இருட்டின் உணர்வென வெவ்வேறு வெளியினூடாகப் பயணப்படுகிறீர்கள். இதை ஏற்கனவே இருந்தவர்கள் செய்யவில்லை என்றே நினைக்கிறோம். அவர்களுடைய இடை இசை என்பது நடிகர்களின் நடன அசைவுகள், பாவங்கள் என்பதை வெளிப்படுத்த ஒரு வரையறுக்கப்பட்ட ஓசை லயத்தை உண்டாக்கினார்கள். அவர்கள் மேற்கத்திய இசையைக்கூட இந்த வகையான தட்டைத் தன்மையாகவே பயன்படுத்தினார்கள். உங்களுடையதோ, இதுபோன்ற பட வரையறைகளை மீறி வெவ்வேறு கால அடுக்குகளையும் நிலப்பரப்புகளையும் தாண்டிப் போகிறது. உதாரணமாக, தன்னைப் பற்றி ஒருவன் பாடிக்

கொண்டிருக்கும்போது அதன் அடுத்த கட்டமாக, தான் என்பது இல்லை என்ற ஒரு நிலையை நோக்கி இடை இசையானது நகரும்போது, அப்பாடலின் மொத்த உள்ளடக்கத்தையும் கலைத்துப் போட்டு வேறொன்றாக மாற்றிவிடுகிறீர்கள். இது மற்றவர்கள் செய்யாதது என்று நாங்கள் நினைக்கிறோம். இது ஒரு கண்டுபிடிப்பு. இதை மேற்கில் செய்தார்களெனில் அவர்களுக்கு ஒரு மரபு இருக்கிறது. ஆனால் நம் இந்திய மரபில் நடனத்திற்கும் அசைவுகளுக்கும் என்ன தேவையோ அதற்குப் பயன்படுத்தி விட்டுவிட்டார்கள். உங்கள் இசைக்குள் 'காமிரா' நடிகர்களைத் தாண்டி நகர்ந்தாக வேண்டியுள்ளது. நடிகர்களின் பிம்பங்களை உங்கள் இசைக்குள் திணித்துவிட முடியாது.

இளையராஜா

இதற்கு காரணம் நான் தண்ணீர் மாதிரி. எந்தப் பாத்திரத்தில் போடுகிறீர்களோ அந்த வடிவத்தை இது எடுத்துக் கொள்கிறது. ஆனால் அதற்கென்று ஒரு தன்மை இருக்கிறது. அது குளுமை, இனிமை, அது எங்கோ பிறந்தது. அதில் பலவும் வந்து சேர்ந்தன. மலையில் அது அருவியாக மாறுகிறது. குண்டும் குழியுமான இடத்தில் குதித்துக் குதித்துச் செல்கிறது. இதை மண்தான் உருமாற்றுகிறது. இதை என்ன வேண்டுமானாலும் செய்யலாம். இதைக் கழுவ பயன்படுத்தலாம். அதேசமயம் பருகவும் பயன்படுத்தலாம். அழுக்கையும் சேர்க்கலாம்.

கேள்வி

கேள்வியைத் தொடர்ந்து நாம் செல்லலாம். நீங்கள் உங்கள் இசையின் போக்குபற்றிச் சொல்கிறீர்கள். ஆனால் அது திரைப்படத்திற்குச் செல்லும்பொழுது திரைப்படத்தின் ஓட்டத்திற்கு ஏற்ப அதன் உருவத்திற்கேற்ப மாறி வருகிறது என்று கூறுகிறீர்கள். நாங்கள் கேட்ட கேள்வி, ஒரு திரைப்படத்திற்குள் நான்கு நிமிடப் பாடலுக்குள் Lyrics வரிகள் வருகின்றன. அதில் கதையின் போக்கு வந்து விடுகிறது. நீங்கள் கதையின் போக்கை மீறி ஓர் உடைப்பை நிகழ்த்துகிறீர்கள்...

இளையராஜா

நான் நிகழ்த்தவில்லை. தானாக நிகழ்கிறது. அந்த இடத்தில் தண்ணீர்போல உருவம் பெறுகிறது. ஒரு கதையைச் சொல்ல நதியின் முழு வடிவத்தையும் நீங்கள் படம்பிடிக்கத் தேவையில்லை. ஒரு இடத்தில் மட்டும் அதன் வடிவத்தை எடுத்துக் கொள்ளுங்கள்.

அங்கே அது சமமாகத் தோன்றினால் அதன் வடிவம் சமதளம் என்று கூற முடியுமா?

கேள்வி

நீங்கள் செய்த மாற்றம் என்பது படத்தின் தாளத்தைப் பிடிக்க இசையை நிகழ்த்தும்போது உங்கள் இசையின் சாத்தியங்களைப் பிடிக்க படத்தை நகர்த்த வேண்டியிருக்கிறது. மற்றவர்கள் படத்திற்குள் உள்ள இடங்களை இசையால் நிரப்புகிறார்கள். ஆனால் உங்கள் இசையைப் பொறுத்தவரை–புதிதாகக் கண்டுபிடிக்கிறார்கள். அதாவது உங்கள் இசை படத்திற்குள் அடங்குவதில்லை.

இளையராஜா

மற்றவர்களுக்கு இசை தொழில், எனக்குத் தொழில் இல்லை. அது என்னுடைய வாழ்க்கை. அது நான்தான். அதில் மாற்றம் இல்லை.

கேள்வி

உங்கள் இசையைப் புரிந்துகொண்டால் நல்ல படம் வந்து விடும்.

இளையராஜா

நிச்சயமாக. சத்தியமாக.

கேள்வி

நீங்கள் இசையின் மூலம் காட்சிகள் இப்படி இருக்க வேண்டும் என்று குறிப்பு கொடுத்துக்கொண்டே செல்கிறீர்கள். ஓர் இயக்குநர், ஓர் ஒளிப்பதிவாளருக்கு நீங்கள் இங்கே செல்லுங்கள், இந்த நேரம் இவ்வளவு நேரம் இவற்றை நிகழ்த்து, ஒரு அபத்தமான சூழலில் இதைச் சேர்க்காதே என உங்கள் இசைமூலமாக குறிப்பு கொடுத்துக்கொண்டே செல்கிறீர்கள். அவர்களுக்கு இறக்கைகளை அளித்து அழைத்துச் செல்கிறீர்கள். ஆனால் படங்கள் கொஞ்சம் கொஞ்சம் அந்தத் திசையில் செல்கின்றன. முழுமையாகச் செல்ல முடிவதில்லை, ஓரளவு ஓடி வருகின்றன. பின் தேங்கி விடுகின்றன.

இளையராஜா

இறக்கை இல்லாதபோது எப்படி பறக்கக் கற்றுக் கொடுப்பது? (சிரிப்பு)

கேள்வி

சிலர் பறக்க முயல்கிறார்கள். சிலர் கிளைகளில் ஏறித் தாவுகிறார்கள். ஆனால் உங்கள் இசை அதன்போக்கில் போகிறது. அதற்குள் நீங்கள் வைத்திருக்கும் காட்சி இன்னும் கண்டு கொள்ளப்படாமல் மீந்து நிற்கிறது. இந்தக் காட்சிகளை வெளியே கொண்டு வரும்போது தமிழ்த் திரைப்படத்தின் காட்சி மற்றும் வடிவம் மாறும். உலக அளவில் சாதனைகளைச் செய்ய உங்கள் இசையின் உள் பகுதியிலுள்ள குறிப்புகள் உதவும். திரைப்படம் என்ற கதைக்களத்தில் நீங்கள் வேலை செய்யும்போது கலைஞன் என்ற அளவில் உங்கள் இசை மீறிச் செல்கிறது. நீங்கள் மீறிச் செல்லும்போது உங்களைத் தொடர முடிவதில்லை. ஆனால் நீங்கள் ஒவ்வொரு கணமும் நிர்ணயிக்கப்பட்ட வடிவத்தை மீறிக் கொண்டிருக்கும்போது–அதை ஒரேயடியாக மீறிவிடக்கூடாதா?

இளையராஜா

ஒரேயடியாக மீறிவிட வேண்டும் என்பது சரி. ஏற்கனவே மீறியுள்ளவை முழுமையாகப் புரிந்திருக்கிறதா என்பது கேள்வி. இதுவரை செய்திருப்பதில் எது எல்லை? இது எல்லை–இதை மீற வேண்டும் என்றால் நான் தேங்கியிருப்பதுபோல அது அர்த்தம் தருகிறது.

கேள்வி

கலாச்சாரம் உங்களுக்கு எல்லையை வகுத்துத் தருகிறது. நீங்கள் தொடர்ந்து மீறிக் கொண்டிருக்கிறீர்கள்.

இளையராஜா

கலாச்சாரம் என்று நீங்கள் கூறுவது திரைப்பட எல்லையைக் குறிக்கிறது. திரைப்பட இசையை எனது எல்லையாக நான் கொள்ளவில்லை. நான் ஒரு திரை இசையமைப்பாளன் மட்டும் இல்லை. எனது இசை திரைப்பட இசை இல்லை.

கேள்வி

நீங்கள் மீறிவரும்போதுதான் How to name it. Nothing but wind மற்றும் இன்னும் கேட்காத Symphony ஆக உங்கள் இசை வடிவம் கொள்கிறது. திரைவடிவம் என்ற வரையறுக்கப்பட்ட வடிவத்திற்குள் இல்லாமல் நீங்கள் உடைத்துக் கொண்டு வரும்போது புதிய வடிவங்கள் கிடைக்கின்றன.

இளையராஜா

உடைக்கவில்லை. தானாகவே உடைந்து போய் புதிய வடிவம் பெருகுகிறது.

கேள்வி

அப்படியெனில் Unconscious ஆக நிகழ்ந்ததா?

இளையராஜா

அதை Unconscious என்று கூற முடியாது. கனவுபோல முயற்சியின்றி நடப்பதில்லை எனது இசை. Conscious ஆக நடக்கிறது. ஆனால் Purpose ஆக நடக்கவில்லை என்று வேண்டுமானால் கூறலாம். இதைத்தான் செய்ய வேண்டும் என்று எதையும் செய்யவில்லை.

கேள்வி

உங்களுக்குள் கனவுபோல அலைந்து கொண்டிருக்கும் இசையை நீங்கள் ஒவ்வொன்றாக வெளியே கொண்டு வருகிறீர்கள். உங்களுக்குள் உள்ள உலகத்திலிருந்து கொஞ்சம் இசையைத் தேடிக் கொண்டு வருகிறீர்கள் என்று கூறமுடியுமா?

இளையராஜா

தேடிக் கொண்டுவருதல் என்று நான் நினைக்கவில்லை. மற்ற இசையமைப்பாளர்போல நானும் ஒரு இசையமைப்பாளன் என்று நான் நினைக்கவில்லை. Music Creator என்ற அளவில் நான் சிந்திப்பதுமில்லை. ஒருவகையில் நான் Music Director இல்லை என்று கூறுவேன்.

நான் தேடிச் செல்ல வேண்டிய தேவை இல்லை. அது வந்து கொண்டே இருக்கிறது. நான் ஒரு நாளில் உருவாக்கும் இசையை உலகில் வேறு யாரும் உருவாக்க எவ்வளவு காலம் எடுக்கும் என்று தெரியவில்லை. நீங்கள் வேறு கலைஞர்களிடம் இதையே செய்யச் சொல்லி ஒப்பிட்டுப் பார்க்கலாம். எனது இசை தானாக வந்துகொண்டே இருக்கிறது.

கேள்வி

நீங்கள் இசையுடன் சேர்ந்தே உருவாகி வருகிறீர்கள் என்று கூறலாமா?

இளையராஜா

இசை ஒரு மின்சாரம்போல எனக்குள் பாய்ந்து கொண்டேயிருக்கிறது. எந்த இடத்தில் அது நிறுத்தப்படுகிறதோ அங்கே வெளிச்சம் தோன்றுகிறது.

கேள்வி

உலக அளவில் அறியப்படும் இசைக்கலைஞர்கள் பலரும் இந்த வேகத்துடன் இருந்தார்களா என்பது சந்தேகத்திற்குரியது. சிறிது பொறுமையாக நிதானமாக இசையை உருவாக்கியவர்களே அதிகம்.

இளையராஜா

இசை என்பது மிகப் பெரும் ஆற்றல். அதில் நான் செய்ய முடிவது கொஞ்சம்தான். எனக்கு விதிக்கப்பட்ட கால அளவிற்குள் பார்க்க முடிவது கொஞ்சம்தான். பார்க்க முடியாதது எவ்வளவோ. அதை வெளிப்படுத்த இறைவன்தான் மனம் வைக்க வேண்டும். முனைப்பாக இதில் இறங்கி அனைத்தையும் செய்துவிட முடியும் என்று தோன்றவில்லை. எனது மூலமாகக் கொஞ்சம் வெளிப்படுகிறது.

கேள்வி

இசை உங்களுக்குள் நுழைய நீங்கள் உங்களைத் திறந்து வைத்திருக்க வேண்டும். வந்த இசையை அடக்கும் மனம் வேண்டும். உங்கள் மூலமாக இசை வெளிப்படுகிறது என்று கூறினாலும் அதற்கான காரணங்கள் வேண்டும். எல்லோர் மூலமாகவும் ஏன் அந்த இசை வெளியேறவில்லை என்கிறபொழுது அதற்காக நீங்கள் மேற்கொண்ட எத்தனிப்பு என்ன? எந்தவகையான தாகம் உங்களை உந்தியது. நீங்கள் ஆன்மீகம் என்றவகையில் இதை விளக்கினாலும் அதிலும் இருவகை உண்டு. ஒன்று–தன் முயற்சியால் தவத்தால் வருவது. மற்றது–தானாக தன்மேல் வந்து சேரும் அருள் என்று வகைப்படுவதுண்டு. உங்களைப் பொறுத்தவரை–இசைக்கான உங்கள் தாகம், ஏக்கம், தவிப்பு என்னவாக இருந்தது?

இளையராஜா

முதலில் ஒரு ரசிகனாக இருந்ததுதான் முக்கியம். தாகம் இல்லாமல் இது உருவாகவில்லை. உள்ளுக்குள் ஒரு ரசிப்புத்தன்மை தீவிரமாக இருக்க வேண்டும். அந்த ரசிப்புத் தன்மை எதனால் எப்படி உருவாகியது என்பது மர்மமாகத்தான் இருக்கிறது. அதைத்தாண்டி

விடுவது எது என்பது சொல்லமுடியாத ஒன்றாகத்தான் உள்ளது. காரண காரியத்துடன் இது தோன்றவில்லை. சில இசை உருவாக்கங்களை, படைப்புகளைச் செய்துவிட்டு பின்பு நிதானமாக அறியும்போது இதைச் செய்தது நான்தானா என்று தோன்றுகிறது. இதைப் படைத்தது நானில்லையோ என்று தோன்றுகிறது. இது அடிக்கடி ஏற்படுவதுண்டு. இந்தப் பிறவியில் மட்டுமே உருவான ஒன்றாகவும் இது தோன்றவில்லை. இது என்னுடையது இல்லையோ, இதை என்னால் சிந்திக்க முடியுமா என்று தோன்றுவதுண்டு. நான் படித்தவன் இல்லை. முறையாகச் சங்கீதம் கற்றவனும் இல்லை. எனக்குள் இருப்பது என்னிலிருந்து மாறுபட்ட ஒன்றாகத் தோன்றுகிறது.

நான் இசையின் சில கூறுகளை, அடிப்படைகளை மட்டுமே கற்றுக் கொண்டு கொஞ்சம் கொஞ்சமாக இசையை அறிந்து கொள்ள ஆரம்பித்தபோது–எனக்குள் இருந்தது மிகவும் குறைவு. இளையராஜாவின் அறிவு என்பது மிகவும் சிறியது. அதற்கு மிகவும் குறுகிய எல்லைகள், வரையறைகள் உண்டு. ஒவ்வொருவருக்கும் ஓர் அறிவு எல்லை உண்டு. அதேபோல எனக்கும் இசையறிவு என்பதற்கு மிகச் சிறிய எல்லை உண்டு. ஆனால் இசைப்படைப்பு என்று வரும்போது இந்த எல்லைகளை நானே தாண்டிவிடுகிறேன். எனக்கே ஆச்சர்யமாக இருக்கும். இதையெல்லாம் நாம் கற்றுக் கொண்டது இல்லையே இது எங்கிருந்து வந்தது என்று வியப்பாக இருக்கும்.

கேள்வி

உங்களுக்குள் இருந்த அடிப்படைக் கூறுகள், இசையின் இழைகள் எப்படியோ ஒன்றாக இணைந்து புதிய சேர்க்கைகளுடன் ஏதோவொரு புதிய வடிவத்தில் வெளிப்படுகிறதோ என நீங்கள் யோசித்திருக்கிறீர்களா? இது உங்களுக்குள்ளேயே காலகாலமாக நடந்த வினையோ என்று உணர்ந்திருக்கிறீர்களா? எங்கோ எப்படியோ யோசித்தவை இப்படிப் புதிது புதிதாக வடிவம் கொள்வதாகத் தோன்றியதுண்டா?

இளையராஜா

இருக்கலாம். அதைத் தெளிவாக சொல்ல முடிவதில்லை. இதனால் இது நிகழ்ந்தது என்று புத்திபூர்வமாக சொல்லுவதுபோல் இதில் எதுவும் இல்லை. குறிப்பிட்டு விளக்குவதற்கும் எதுவும் தோன்றவில்லை.

கேள்வி

நீங்கள் ஆரம்பித்தபோது இருந்ததுபோல் இப்போது இல்லை. இந்திய சாஸ்திரிய இசை வடிவங்கள், நாட்டுப்புற மரபுகளுடன் உலகின் பிற சாஸ்திரிய, புதிய இசை வடிவங்களைப் பற்றியும் போதுமான அறிதல் உங்களுக்கு இப்பொழுது உள்ளது. இந்த நிலையில், நீங்களே தன்னெழுச்சியாக செய்த இசைக்கும், கற்றுணர்ந்தபின் செய்யும் இசைக்கும் என்ன வித்தியாசத்தை நீங்கள் பார்க்கிறீர்கள்? தெரியாத நிலையில் நீங்கள் செய்த படைப்புகளுக்கும் தெரிந்து செய்ததற்கும் உள்ள வேறுபாடு என்று எதை உணர்கிறீர்கள்?

இளையராஜா

ஒரு படைப்பு என்பது தானாக நிகழ வேண்டும். அது நிகழும்போது அடுத்தவரின் மனதைத் தொட வேண்டும். அறிவைத் தொட்டால் அது வித்வமாக மட்டுமே இருக்கும். அந்த நிகழ்வு இயல்பாக இருக்க வேண்டும். வலிந்து செய்ததாக இருக்கக்கூடாது. இதை இப்படிச் செய்து இந்த வடிவம் தர வேண்டும் என்ற மாதிரி இருக்கக்கூடாது. அது இயல்பாக இருக்க வேண்டும். ஆனால், ஓர் உயர்ந்த படைப்பு இலக்கணத்திற்குள் தன்னை வகுத்துக் கொள்ளும். எந்த இலக்கணத்தை அதன்மீது திணித்து கேள்வி கேட்டாலும் அதற்குள் நிற்கும். படைப்புக்கும் இலக்கணத்திற்கும் உள்ள உறவு இப்படித்தான் இருக்கிறது. பீத்தோவன் சொன்னான் Rules are my humble servents என்று. ஏனெனில், He was tharough with the rudiments.

படைப்பு என்று வரும்போது விதிகளை, இலக்கணங்களைக் கையில் எடுத்துக்கொள்ள முடியும். யார் இதைச் செய்ய முடியும்?–அவற்றின்மீது முழுமையான ஆளுகையுடையவன்தான் செய்ய முடியும். அவற்றின்மீது முழுமையான Command இருப்பவன்தான் அவற்றை ஏவலாளர்களாக நடத்த முடியும். அதனால் படைப்புக்கு விதிகளும் இலக்கணங்களும் தடையில்லை.–பிரச்சினையுமில்லை. படைப்பில் இவற்றை மீற முழுமையாக இவற்றைத் தெரிந்துதான் செய்ய வேண்டும் என்பதும் இல்லை. மீறிய பிறகுகூட அது எதை எதை மீறியிருக்கிறது என்று பார்த்துக்கொள்ள முடியும். இதை மீறத்தான் இதைச் செய்தோம் என்பதும் இல்லை. மீறல் நடந்தபிறகு இதை ஆராய்வதுகூட நடக்கலாம். வெடிகுண்டு வெடித்த பிறகு அதைப் பற்றி ஆராய்வது போலத்தான் இதுவும் (சிரிப்பு)

கேள்வி

ஐரோப்பிய இசை மேதைகள் ஒவ்வொரு காலகட்டத்திலும் ஒரு மரபான இசை வகைக்குள்தான் பழக்கப்படுகிறார்கள். பர்ரோக் இசை, சேம்பர் இசை ராயல் மற்றும் காயர் மியூசிக் என்பன போன்றவற்றில்–இவற்றை நன்கு கற்று புதிய சாதனைகளையும் செய்த பின்பு தாங்கள் இதற்குள் அடங்க முடியாது என்று மீறி புதிய வடிவங்களையும், இசைக்குப் புதிய வழிமுறைகளையும் தேடி அலைகிறார்கள். மோஸார்ட், பீத்தோவன் போன்றவர்கள் பலவற்றை மீறிச் செயல்படுகிறவர்களாக இருக்கிறார்கள். இதன்மூலம் அவர்கள் மன உளைச்சலுக்கும் வாழ்க்கை பிரச்சினைகளுக்கும் ஆளாகிறார்கள்.

இந்நிலையில் ஒரு விதிமுறை ,பழகுமுறை, Normality என்பதற்குள், சில சாதனைகளைச் செய்து, இருப்பதைத் துல்லியமாகச் செய்து முடிப்பதில் படைப்பு முழுமையடைகிறதா–மீறல்கள், முரண்பாடுகள், Excentricityயின் தவிப்புடன் செயல்படுவதில் படைப்பு மேன்மையடைகிறதா? இந்த மீறல் என்பதில் நீங்கள் எதிர்கொண்ட பிரச்சினை, சிக்கல் என்று ஏதாவது உள்ளதா?

இளையராஜா

மீறல் என்பதற்காக மட்டும் படைப்பில் இறங்கினால் மீறிக் கொண்டே போக வேண்டியிருக்கும். எந்தப் படைப்பும் தனக்கென ஒரு வடிவம் எடுத்துக் கொள்ளத்தான் செய்கிறது. விதிகளை மீறுவதற்காக என்று முனைப்புடன் அதைச் செய்ய வேண்டியதும் இல்லை. ஏனெனில், என்னைப் பொறுத்தவரை படைப்பு என்பது ஒன்று இரண்டுடன் முடிந்து போவதுமில்லை. ஒரு How to name it, பிறகு Nothing but wind இன்னும் வேறு புதிதாக, இப்படியாக புதிது புதிதாகத் தொடர வேண்டும். எப்படி என்றாலும் இசை மனதுடன் சம்பந்தப்பட்டது. அதைப் படைக்கிற என் மனதுடன் மட்டுமல்ல எல்லோருடனும் ஊடுருவி நிற்கிறது. உங்களுக்குள் இல்லாத இசையை நான் உங்களுக்குள் உருவாக்க முடியாது. அதே அதிர்வை உருவாக்க ஏற்கனவே அந்த இசை உங்களுக்குள் ஊடுருவி இருக்க வேண்டும். ஒத்த அதிர்வு அலை நீளம் உள்ள இரண்டு இசைக் கருவிகள் ஒன்றின் வாசிப்பில் மற்றது அதே அதிர்வை எழுப்புவதுபோல இது நிகழ்கிறது. உங்களுக்குள் உள்ள இசை, எனது மூலமாக வெளிப்படுகிறது அவ்வளவுதான். எனது இசைக்கு நீங்கள் எதிர்வினை புரியும்போது இசை முழுமையடைகிறது. உங்களிடம் இல்லாத ஒன்றை நான் தொட முடியாது. உங்களால் இந்த இசைக்கு வடிவம் தரமுடியாதநிலையில் ஒருவரிடம்

இவை இப்படிவேண்டும் எனக் கேட்டு வாங்கிக் கொள்கிறீர்கள். என்னிடம் கேட்காமலேயே அப்படி நடக்கலாம். எது வேண்டும் என்று கூறாமலேயே அவை உருவாக்கப்படுகின்றன.

ஆனால் வரைமுறைகளை மீறுவது என்பதைப் பொறுத்தவரை–கலைஞனுக்கு மிகப் பெரிய விஷயமில்லை. படைப்பின்பொழுது சட்டம், திட்டம் வரையறை என்பதைப் பற்றி அதிகம் பயந்துகொண்டு எந்தக் கலைஞனும் இருக்க முடியாது. இந்த சட்ட வரையறைக்குள் இது அடங்கத்தான் வேண்டும் என்று படைப்பில் ஈடுபட்டால் அது கணக்கு வழக்கு பார்க்கும் வேலையாக முடிந்து போகும். படைப்பாளி ஒரு கணக்காளனாக, தணிக்கையாளனாக இருக்க முடியாது. முழுக்க முழுக்கச் சட்டம், விதி வரையறைக்குள் மட்டுமே உள்ள ஒருவன் கலைஞனாக பரிணமிக்க முடியாது; கலையும் கலையாகப் பரிணமிக்க முடியாது.

ஒரு நல்ல இசை மனதை மெழுகாக உருக்கிவிட வேண்டும். அதற்குள் புகுந்து வரும்போது நாம் நாமாக இல்லாமல் போக வேண்டும்; தான் என்பதை–முனைப்பை மறக்க வைப்பதாக இருக்க வேண்டும்; ஐக்கியமாக வைக்கும் தன்மை வேண்டும். அந்த ஐக்கியம் இந்த வரையறை இந்த வழிமுறை மூலமாகத்தான் வந்தது என்பதை அடிப்படையாகக் கொண்டு மட்டுமே ஏற்பட முடியாது. ஒரு கட்டம் போட்டு இதற்குள் படைப்பு அடங்கிவிட வேண்டும் என்று கூற முடியாது.

கேள்வி

பொதுவாக இசையில் இந்தத் தன்மை அதிகம்தான். ஒரு குறிப்பிட்ட வடிவத்திற்குள் இருக்கும் அதேசமயம் புதிதாகச் சில கூறுகளையும் அது உருவாக்கிக்கொண்டே இருக்கும். இல்லை என்றால் அது பழகியதாக, பழைய ஒன்றாகவே இருக்கும். இதனுடன் தொடர்புடைய ஒரு கேள்வி. இப்படிப் புதிது, புதிதாக செய்வதற்கான ஓயாத வேட்கை பல இசைக் கலைஞர்களை மன உளைச்சலுக்கும் ஒருவித அமைதியின்மைக்கும் ஆளாக்கி இருக்கிறது. மேற்கத்திய இசை மேதைகள் பலரும் தமது படைப்பு வேகத்தில் தாங்களே குலைந்து போகக்கூடிய நிலையை அடைந்திருக்கிறார்கள். இந்திய மரபிலோ அமைதி என்பதை நோக்கி இசை செல்வதாகவும் கலைஞர்களும் அமைதி, மன ஒருமை என்பவற்றை உடையவர்களாகவே இருக்க முடியும் என்ற கருத்து உள்ளது. மன அலைச்சல் புதிதாகப் படைக்க விரும்பும் நிலையில் இந்தியச் சூழலிலும் ஏற்படும் என்று நீங்கள்

நினைக்கிறீர்களா? நீங்களும் புதிது புதிதாகச் செய்யவேண்டிய வேகத்தில் உள்ளதால் இந்த வகை மனநிலையை நீங்கள் எப்படிக் கடக்கிறீர்கள்? தேடித்தேடிச் செல்லும் அலைச்சலை நீங்கள் எப்படிப் புரிந்துகொள்கிறீர்கள்?

இளையராஜா

திருப்தி என்பது ஏற்பட்டுவிட்டால் படைப்பு அந்த இடத்தில் முடிந்து விடுகிறது. முழுமை என்ற ஒரு உணர்வு ஏற்பட்டால் படைப்புணர்வு இல்லாமல் போய்விடும். திருப்தியின்மை, புதிய படைப்புக்கு நம்மை இட்டுச் செல்கிறது. அதே சமயம் முழுமையான அதிருப்திதான் படைப்பை உருவாக்கும் என்றும் கூறிவிட முடியாது. ஏனெனில், இசை என்பது தன்னளவில் இன்பம் தரக்கூடிய ஒரு கலை. அதை உருவாக்குவது, சிரமம் தரக் கூடியதாகவும் அதேசமயம் இன்பத்தையும் மன அமைதியையும் தரக் கூடியதாகவும் இருக்கிறது. இரண்டும் கலந்த ஒரு உணர்வையும் தரக் கூடியது. மோஸார்ட் தனது ஆரம்ப கால இசையில் பெரும் இன்பம், துள்ளல் போன்றவற்றைத் தருகிறான். அவனே Death of Mass போன்றவற்றில் மரணம், துன்பம், வலி போன்றவற்றையும் தருகிறான். ஒரே கலைஞனுக்குள் இவை கலந்தே இருக்கின்றன.

கேள்வி

நாம் இரண்டு வகையான இசைக் கலைஞர்களைப் பார்க்க முடிகிறது. முதல்வகை–அதிகம் காணக் கூடியவகை–ஏற்கனவே உள்ள ஒரு ராகம், ஏற்கனவே உள்ள ஒரு சந்தம், இசை வடிவம் இவற்றைத் தங்கள் அளவில் சிறப்பாக மீண்டும் இசைப்பது, நிகழ்த்திக் காட்டுவது, வாசித்துக் காட்டுவது. இரண்டாவது வகை–அதிகம் காண முடியாதது.–தாங்கள் புதிது புதிதான இசைச் சேர்க்கைகளை, ராக அமைப்புகளை உருவாக்கித் தருவது. முதல் வகையிலும் பெரும் மேதைகள், உயர்ந்த கலைஞர்கள் இருக்க முடிகிறது. ஆனால் இவர்கள் இசையை நிகழ்த்துபவர்களாவும் இரண்டாவது வகையினர் இசையைப் படைப்பவர்களாகவும் உள்ளனர். இதைப் பற்றி நீங்கள் என்ன நினைக்கிறீர்கள்?

இளையராஜா

Performer என்பவர் புதிதாக உருவாக்க முடியாது. நிகழ்த்தத்தான் முடியும். ஆனால் Creator என்பவர் படைக்க வேண்டும். பின் நிகழ்த்தவும் வேண்டும். தனது படைப்பைத் தானே நிகழ்த்தவும் முடிந்தால் படைப்பு முழுமையடைகிறது.

கேள்வி

ஒவ்வொரு இசையும் ஒருவித கால, இட நினைவை உள்ளடக்கியதாக உள்ளது. அப்படியான பலவித இட, கால நினைவுகளை அடுக்கி அடுக்கி விதவிதமான இசையை உருவாக்க வேண்டியிருக்கிறது. இவை தொன்மையான நினைவுகளிலிருந்து பல்வேறு நினைவுகளை உள்ளடக்கியதாக உள்ளன. இவை ஒரு குறிப்பிட்ட கலாச்சாரம் சார்ந்ததாகவும் சிலசமயம் கலாச்சாரங்கள் கலந்ததாகவும் உள்ளன. ஒரே மனிதருக்குள் இவை இசைமூலம் நிகழ முடிகிறது. இதுகுறித்து உங்கள் எண்ணம்?

இளையராஜா

கலாச்சாரத்திற்குள் பல விஷயங்கள் பழக்கத்தின்மூலமே நமக்கு இயல்பாகத் தோன்றுகின்றன. உணவுப் பொருள் ஒன்று சுவையாகத் தோன்றுவதற்குக் காரணம் அதன் சுவை ஏற்கனவே பழக்கமாயிருப்பதுதான். ஆனால் இசை என்பது பழக்கமில்லை.–அது மூச்சு, சுவாசம்போல அது மிகப் பழமையாக இருக்கும் அதேசமயம் ஒவ்வொரு வினாடியும் புதிதாகவும் நிகழ்கிறது. அதே சமயம் அது நீங்கள் சொன்னதுபோல நினைவுகளுடன் சம்பந்தப்பட்டது. ஒரு ராகம் கேட்கப்படும்பொழுது வேறு ஒரு காலம் நினைவுக்கு வருகிறது. ஏனெனில், எல்லாக் காலமும் எல்லாச் சமூகமும் இசையுடன் ஒரு தாளத்துடன் இருக்கிறது. இசையில்லாமல் எந்தச் செயலும் இருப்பதில்லை. ஒவ்வொன்றிலும் ஒரு தாளம், இசை இருக்கிறது. அதனால்தான் இசையின் ஏதோ ஒரு Phrase கேட்டவுடன் ஒரு இடத்தை நினைவூட்டலாம். நாட்டை நினைவூட்டலாம். அந்த இசைக்கருவி தன்னுடன் தொடர்புடைய பலவற்றை நினைவூட்டும் இசையின் அடிப்படை ஒன்றாக இருந்தாலும் ஒவ்வொரு இசையும் பல வேறுபாடுகளுடன் தனித் தன்மைகளுடன் குறிப்பிட்ட நினைவு சார்ந்து உள்ளன. இசை காலம், தேசம் கடந்து செயல்படும். அதேசமயம் அதனுடைய காலம், தேசம் கலாச்சாரம் என்பதைத் தன்னுடன் எப்பொழுதும் வைத்திருக்கவும் செய்யும்: தனது அடையாளத்தைத் தொடரவும் செய்கிறது. காரணம், இதுவரை நமக்குள்ள நினைவுப் பதிவுகள் அவற்றுடன் தொடர்புடையவையாகவே உள்ளன.

ஒரு குறிப்பிட்ட இசை, ராகம் வாசிக்கப்படும் பொழுது நம் முன் ஒரு Period காட்சிக்கு வரவேண்டும். நான் இப்பொழுது உருவாக்கும் இசை பின்வரும் காலத்தில்–இதன் வரலாற்றுக் காலத்துடன் பார்க்கப்பட வேண்டும். மோஸார்ட் செய்த இசை 18ஆம் நூற்றாண்டில் அவன் வாழ்ந்த சமூகத்தையும்

அதற்குள் அவனுடைய மனநிலையையும் இன்றும் நினைவூட்டிக் கொண்டிருக்கிறது. ஒவ்வொரு இசையும் அதன் வரலாற்றுக் காலம், அதன் கலாச்சாரம், இடம், சமூகம், அதை உருவாக்கியவர் வாழ்க்கை, அவருடைய மனம் இவற்றின் நினைவுகளுடன், பதிவுகளுடன் இருக்கிறது.

கேள்வி

ஒரு இசை அல்லது ராகம் உருவாக்கப்பட்ட காலத்தின் நினைவுத் தொடர்ச்சியாகவே என்றும் இருக்கும். அந்தக் காலத்தை வேறு ஒரு இடத்தில் காலத்தில் மீண்டும் உருவாக்கிக் காட்டுவது அல்லது அந்தக் காலத்திற்குள் நாம் நுழைந்து வெளிவருவது என்ற நிலை ஏற்படுகிறது என்று நீங்கள் கூறுவீர்களா?

இளையராஜா

நிச்சயமாக, இல்லையென்றால் இத்தனை வித்தியாசமான இசைவடிவங்கள் ஏற்பட முடியாது இல்லையா? தற்பொழுது உள்ள சில போக்குகள்–உலகம் முழுமைக்கும் ஒரே மொழி ஒரே இசை என்பது எல்லாவற்றையும் ஒன்றுபோலவே மாற்றும் முனைப்புடன் உள்ளன. ஒருவருக்குத் தொடர்பற்ற ஒரு கலாச்சாரம் அவர்மீது திணிக்கப்படுகிறது. இது, தகவல் தொடர்பு சாதனங்கள் மூலம் நிகழ்கிறது. தொலைக்காட்சி மின்னணுச் சாதனங்களைச் சொல்லலாம். இதன்மூலம் பல கலாச்சாரங்கள் தமது மொழியை, அடையாளத்தை இழந்துகொண்டு இருக்கின்றன. தமிழிலும் அது நடந்துகொண்டிருக்கிறது. உயர் தொழில்நுட்பம், உலகச் சந்தை நுகர்வுக் கலாச்சாரம் போன்றவை இந்த நசிவுக்குக் காரணமாகிக் கொண்டிருக்கின்றன. மனித ஆற்றல் மதிப்பிழந்து இயந்திரம் அதன் துல்லியம் பெருமதிப்புப் பெறுகிறது. இந்த இயந்திரத்தன்மை பல வித்தியாசங்களை, வேறுபாடுகளை அழித்து விடுகிறது. இசையில் வேறுபாடுகள், அவற்றின் தனி அடையாளங்கள் அப்படியே கொண்டு வரப்பட வேண்டும்.

கேள்வி

இங்குப் பிரபஞ்சத்தன்மை என்று நீங்கள் கூறியதற்கும் கலாச்சார தனி அடையாளம் என்பதற்கும் எந்தவகை உறவு உள்ளது. இன்று உள்ள ஓருலகமாகும் போக்கு பல தனிக் கலாச்சாரங்களை, அடையாளங்களை அழிக்கும் தன்மையுடன் செயல்படுகிறது. இதை இசையில் எப்படி எதிர்கொள்வது? கலாச்சார அடையாளம் இங்கு எப்படி அணுகப்பட வேண்டும்.

இளையராஜா

கலாச்சாரங்கள் உறவு கொள்வது என்பதும் கொடுத்து வாங்கிக் கொள்வது என்பதும் பரிமாற்றம் என்பதும் கலாச்சாரங்கள் கலந்து கொள்வதும் வேறு–கலாச்சாரங்களை அழித்து ஒரே கலாச்சாரம் ஆதிக்கம் செய்வது என்பது வேறு ஒன்றை அழித்து மற்றொரு கலாச்சாரம் வளர வேண்டும் என்றால் அது வன்முறையானதுதானே.

எல்லோருக்குமான ஒற்றுமைகள் என்பதும் அடிப்படையான ஒத்த தன்மைகள் உள்ளது என்பது வேறு–ஆனால் ஒவ்வொரு இனம், இடம் என்பதற்கான தனி அடையாளம் உள்ளது என்பது வேறு. எல்லோருக்காகவும் நாம் பேச முடியாது. உலகத்துக்குப் பொதுவாக நாம் இசைக்க முடியாது. நம் கலாச்சாரம் மக்கள், இனம், இடம், இவை சார்ந்து இசைக்கும் பொழுது அது உலகம் தாண்டி பரவலாக எல்லோரையும் சென்றடையலாமே தவிர பொது இசை என்று எதுவும் இருக்க முடியாது. படைப்புணர்வு என்பது பொது; படைப்புகள் என்பவை எண்ணற்றவை.

கேள்வி

உலக அடையாளம், மனிதப் பொது அடையாளம் என்ற பெயரில் இன, கலாச்சார தனித் தன்மைகளை வித்தியாசங்களை மறைப்பதும் அழிப்பதும் மனித எதிர்ப்புத் தன்மை உடையது. அது இசையிலும்கூட நடக்கக்கூடாது என்பதுதான் உங்கள் கருத்தும்.

இளையராஜா

நிச்சயமாக. மேற்கு நாடுகள் தம்மைப் பாதுகாத்துக் கொள்கின்றன. தனித்தனி அடையாளத்துடன் மொழியுடன் பிரான்சில், ஜெர்மனியில் நாம் ஆங்கிலத்தில் பேச முடியாது. அவர்கள் தமது மொழியைத் தவிர வேறு மொழிக்கு முக்கியத்துவம் தருவதில்லை. வேறு மொழி தெரியாதது பற்றி வெட்கப்படுவதும் இல்லை. வேறு மொழிகளைத் தெரிந்து வைத்திருந்தாலும் அவற்றைத் தமக்குள் புழக்கத்தில் வைத்திருப்பதும் இல்லை. இதற்கெல்லாம் மாறாக, நமது நாடும் நமது சமூகங்களும்தான் தமது மொழியை தாமே அழித்துக் கொள்கின்றன. வேறு மொழியில் பழகுவது பெருமையாகக் கருதப்படுகிறது. நமது மொழியைக் கேவலமாக–குறைவாகப் பார்க்கிறோம்.

கேள்வி

இது இசைக்கும், வேறுபல இன அடையாளங்களுக்கும்கூடப் பொருந்தக்கூடியதாக உள்ள நிலையில்–நீங்கள் உங்கள் இசையில் இந்தத் தனித்த மொழித் தன்மையை எப்படி பாதுகாக்கிறீர்கள்? எப்படி நமது இன அடையாளத்தை வித்தியாசத்துடன் தொடர்கிறீர்கள்?

இளையராஜா

நான் இதை முயன்று செய்வதில்லை. எனக்குள் இது உள்ளோடி இணைந்தே உருவாகிறது. திரைப்படத்திலோ, நாடகத்திலோ, தனி இசைக் கோலத்திலோ நான் பல கலப்புகளை, சேர்க்கைகளை உருவாக்கவே செய்கிறேன். அதேசமயம் எனது அடையாளமும் தொடர வேண்டும் என்றும் நினைக்கிறேன்.

கேள்வி

இன அடையாளம் தொடர வேண்டிய நிலையில் கலாச்சாரக் கலப்பும் பல சேர்க்கையும் அவற்றைத் தொகுப்பதும் நிகழ வேண்டும் என்று நீங்கள் எண்ணுவதாக இதைப் புரிந்துகொள்ள முடியுமா?

இளையராஜா

படைப்பு மனதைப் பொறுத்தவரை கலாச்சாரம் ஒரு அடிப்படையாக உள்ள அதேநிலையில்–அது விரிவடைந்து செல்லும்போது பல பிரதேசங்களையும் தொட்டுப் பரவித்தான் செல்கிறது.

கேள்வி

தமிழ்க் கலாச்சாரம் ஒரு குறிப்பிட்டவகையில் உங்களைக் கட்டுப்படுத்தும்போது, ஒருவகையில் ஒடுக்கும்பொழுது படைப்பு மனம் என்ற வகையில் அதை மீறும் சுதந்திரம், உரிமை உங்களுக்கு உண்டு என்று படைப்புணர்வு அடிப்படையில் நீங்கள் கூறுவதாக இதைக் கொள்ள முடியுமா?

இளையராஜா

மனதின் சுதந்திரத்தை எதுவும் கட்டுப்படுத்தக்கூடாது என்றுதான் நான் சொல்வேன்.

கேள்வி

மனதின் படைப்பு நிலை, சுதந்திரம் என்பதின்மீது நமக்கு உள்ள பொது ஈடுபாட்டின் அடிப்படையில் இந்தக் கேள்வியை எழுப்பலாம் என்று நினைக்கிறோம். இசை என்பது பழக்கத்திற்குள் ஒடுங்குவது இல்லை. படைப்புணர்வு என்பதும் சுதந்திரத்தின் மூலமாகத்தான் வளரும் என்ற நிலையில், இன்றைய வாழ்க்கை அதன் அமைப்பு மனிதர்களைப் பழக்கத்தின் அடிமைகளாக, பழகிய மாற்றம் இல்லாத இயந்திரங்களாக வைத்திருப்பதையே தமது நோக்கமாகக் கொண்டிருக்கின்றன. சுதந்திரம் என்பதற்கும் படைப்பு நிலைக்கும் எதிராக இவை உள்ளன. அரசியல், பொருளாதாரம், சட்டம் என்ற பல்வேறு சாதனங்கள் நவீனத் தொழில் நுட்பத்தையும் உதவிக்கு வைத்துக் கொண்டு வரையறைகளை ஏற்படுத்திப் பழக்கத்திலிருந்து மாறாத மனிதர்களை உருவாக்கிக் கொண்டிருக்கின்றன. பழக்கத்திற்குள் மூழ்கிப்போகாத மனதை உருவாக்க ஒரு இசைக் கலைஞன்–படைப்பாளி என்றவகையில் நீங்கள் எப்படிச் சிந்திக்கிறீர்கள்? ஒரு உறக்க நிலையற்ற விழிப்பு நிலையை உருவாக்க உங்கள் இசை பயன்பட முடியுமா?

இளையராஜா

நான் இதை ஒரு வெளிப்படையான செய்தியாக வைத்து இசையை உருவாக்க முடியாது. ஆனால், நான் இசையின் மூலமாக பழக்கத்திற்கும், உணர்வு, சிந்தனை இவற்றின் நீடித்த உறக்கத்திற்கும் ஆட்படாமல் பழக்கத்திற்கு மீறியே இசையை உருவாக்கிக் கொண்டிருக்கிறேன் என்றவகையிலும்–எனது இசை பழக்கத்தை மீறி புதிய வடிவங்களை நோக்கிச் செல்கிறது என்ற வகையிலும் நான் இதைச் செய்யமுடியும் என்று நினைக்கிறேன்.

கேள்வி

இன்றைய வாழ்க்கையின் நீடித்த உறக்க நிலையைத் தொடரவும் ஒரு முடிந்துபோன இறுதி நிலையை மீண்டும் மீண்டும் வலியுறுத்தவுமே இன்றைய தகவல் தொடர்பு சாதனங்களும் அரசியல் நிறுவனங்களும் தமது ஆற்றலைச் செலுத்திக் கொண்டிருக்கின்ற நிலையில்–உறைந்த மனதைத் தொந்தரவு செய்தல் என்பதற்கும் இன்றைய வாழ்வின் போதாமையை நினைவூட்டுவது என்பதற்கும் உங்கள் இசையைப் பயன்படுத்தினால் நீங்கள் அதை அனுமதிப்பீர்களா? அல்லது ஒரு நுண்ணுணர்ச்சி என்பதை மட்டும் உருவாக்குவதோடு எனது இசை நிற்கட்டும் என்று கூறுவீர்களா?

இளையராஜா

மனதைத் தொந்தரவு செய்து, அதன் விழிப்பற்ற நிலையை அதிர்வு உண்டாக்கி மாற்றுவது என்பது நடக்கத்தான் வேண்டும் என்றுதான் நான் கூறுவேன். உள் அதிர்வை உருவாக்கவே வேண்டும். இதை அனிச்சையாகவோ, இச்சையாகவோ செய்யாத நிலையில் ஒரு கலைப்படைப்பு உருவாக வேண்டிய தேவை இல்லை. தோன்றவேண்டிய அவசியம் இல்லை என்றுதான் நினைக்கிறேன்.

கேள்வி

இன்றைய Media விழிப்பற்ற நிலைக்குள் சமூக மனிதர்களை மூழ்க வைக்கவே செயல்பட்டுக் கொண்டிருக்கின்றன என்னும்போது...

இளையராஜா

அரசியல் மாதிரியே... மனிதர்கள் அறிவு பெறவேகூடாது விழிப்படையக்கூடாது என்று திட்டமிட்டுச் செயல்படுவது போலவே இல்லையா?

கேள்வி

திரைப்படம் என்ற வலிமையான ஊடகம் சார்ந்து இயங்கும் நீங்கள்-அது உருவாக்கும் மேலோட்டமான அதேசமயம், நினைவை மறக்கடிக்கும் ஒரு தன்மையினைக் கலைக்கும்படியான உங்கள் இசையை அமைக்கிறீர்கள். திரும்பத் திரும்பச் சொல்லுதல் மூலமாகத் திரைப்படங்கள் உருவாக்கும் ஒரு மறதி நிலையைத் தாண்ட நினைப்பவர்கள் உங்கள் இசை மூலமாக அதை நிகழ்த்த முடியும் என்ற நிலை உள்ளது. திரைப்படத்திற்குள் முழுமையாக மூழ்கிப் போகாமல், தொலைந்து போகாமல் உங்கள் இசைமூலம் வேறு நினைவுகளை அடைய முடியும் என்ற நிலை உருவாகும்போது அதை நீங்கள் எப்படி விளக்குவீர்கள். உங்கள் இசையைத் தவிர திரைப்படம் என்ற ஒரு இடத்தில் புதிது புதிதாக வேறு எதுவும் இருப்பதில்லை என்ற நிலையை நீங்கள் எப்படி எதிர்கொள்வீர்கள்?

இளையராஜா

மீண்டும் மீண்டும் உருவாக்கப்படும் மேலோட்டமான நிலையை விட்டு வெளியேற இசை பயன்படும் என்றால் அது தேவையான ஒன்றுதான். புதிதான உணர்வெழுச்சிகளை உருவாக்காத ஒரு ஊடகத்தில் இசை மூலமாகச் சிறுசிறு வெளியேற்றம் அவசியமானதுதானே!

கேள்வி

திரைப்படம் என்ற இடத்தில் வேறொன்றை ஞாபகப்படுத்தும் உங்கள் இசை அதேபோல் சமூகத்தின் பல இடங்களிலும் மனதை திசை மாற்றுவதாக, அந்த அந்த இடத்தின் வெறுமையை, அபத்தத்தை உணர்த்தி வேறு நினைவை நோக்கி நகர்த்துவதாக இருக்குமென்றால்–அதாவது அந்த அந்த இடத்திற்கும் மனிதருக்கும் கட்டாயமாகத் திணிக்கப்பட்ட அர்த்தத்தை வேறொன்றாக மாற்றுவதாக உங்கள் இசையில் இருக்கும் என்றால் அந்தத் தன்மையை உங்கள் இசையில் இன்னும் அதிகப்படுத்துவீர்களா அல்லது அந்தத் தன்மையை குறைக்க வேண்டும் என்று எண்ணுவீர்களா?

இளையராஜா

குறைக்க வேண்டும் என்று ஏன் எண்ண வேண்டும்? எந்த இடத்திற்குள்ளும் அர்த்தமும் அழகும் கூட்டுவதற்கு என் இசை பயன்படுமென்றால் அதை சூழலைப் பற்றிக் கவலைப்படாமல் செய்ய வேண்டும் என்றுதான் நான் நினைக்கிறேன்.

கேள்வி

ஒவ்வொரு சமூகத்திற்கும் பலவிதமான இசை உண்டு. எல்லோரும் அறிந்ததாகச் சிலவும், சிலரால் மட்டும் செய்யக் கூடியதாகச் சிலவும் இருக்கலாம். ஒரு தொல்குடிச் சமூகத்தில் எல்லோரும் பங்கு பெறும் இசையும் நடனமும் இருக்கும்போது, அங்கு ஒரு மிகையான கலைஞர் என்று ஒருவர் தேவையில்லாமல் போகிறது. ஆனால் தொகுப்பான சமூகங்களில் இசையை நிகழ்த்த சிலரும், படைக்க மிகச் சிலரும்தான் இருக்க முடிகிறது. அப்படி உருவாகும் படைப்பாளிகள் அந்தந்தக் காலத்திற்கான இசையை உருவாக்க வேண்டியவர்களாக இருக்கிறார்கள். அச்சமூகம் அவர்களை எதிர்பார்த்து, அவர்களிடம் நிறைய எதிர்பார்த்து இருக்க வேண்டியிருக்கிறது. அவ்வகையில் இந்தக் காலப் பகுதியின் இசை நினைவுகள் என்பதை நீங்கள் உருவாக்க வேண்டிய நிலையில் இருக்கிறீர்கள். அப்படி உருவாக்கும்போது அந்த இசை நினைவு, இசை பிரக்ஞையின் தத்துவம் என்னவாக இருக்கும் அல்லது இருக்க வேண்டும் என்று நீங்கள் நினைக்கிறீர்கள்?

இளையராஜா

அதற்கு இன்னும் காலம் எடுத்துக் கொள்ளும் என்று நினைக்கிறேன். விரைவில் அதை நோக்கிச் செல்லும் படைப்புகளை

உருவாக்க வேண்டும் என்று நினைக்கிறேன். இப்படித்தான் என்று ஒருசில வகைகளுக்குள் அடங்காமல் பலவகையான பலவடிவமாக அதைச் செய்ய வேண்டும். இந்த இசை உணர்வு, நினைவு என்பது சொற்களுக்குள் முழுமையாக அடங்கும் என்று தோன்றவில்லை. அதேசமயம், இது பலவித காரணங்களால் பாதிப்படையக் கூடியதும்தான். அந்த அந்தக் காலகட்டத்தின் அரசியல், சமூக உலகச் சூழலும் இதற்குள் பாதிப்புகளை ஏற்படுத்தக்கூடியதுதான். நிறையச் செய்ய வேண்டும் என்று தோன்றுவது மட்டும் உண்மை.

கேள்வி

ஒரு காலகட்டத்தில் அதிகமாக உலகையும் சமூகத்தையும் பாதிக்கக் கூடியவற்றை, அரசியலும் சமூக அமைப்பும் மிக உயர்ந்தது என்று சொல்பவற்றை, மறுத்து வேறு வித தளங்களை நோக்கிச் செல்லக் கூடியவர்களாக பல கலைஞர்கள் இருந்திருக்கிறார்கள். அவையே அவர்களுக்குள் ஓர் அழுத்தத்தை உருவாக்கிப் படைப்பை நோக்கித் தள்ளக் கூடியவையாகவும் இருந்திருக்கின்றன. தியாகையர் போன்ற ஒருவர்கூட போதும், அரசியல் சதிகளும், அதிகார உடைமை அலைகழிப்புகளும் நிறைந்த ஒரு காலகட்டத்தில் அவற்றை மீறிய ஒரு இசைப் போதையைத் தனக்குள் ஏற்படுத்திக் கொண்டு வேறு ஒரு அடையாளத்துடன் தன்னை வெளிப்படுத்திக்கொள்ளும் நிலைகளைப் பார்க்கிறோம். அவ்வகையில் உங்களைப் பாதிக்கும் நிகழ்வுகள் என்ன? உங்களைத் தாக்கும் அழுத்தங்கள் என்ன?

இளையராஜா

நான் ஆரம்பித்த காலத்தில் இசையைச் செய்ய வேண்டும் என்பதைத் தவிர வேறு அழுத்தங்கள் இல்லை. காலப்போக்கில் அது மாறிவிட்டது. அடுத்தது என்ன செய்யப் போகிறேன் என்று கடுமையாக யோசித்து இசையை உருவாக்கிய காலம் போய்–எப்படியும் எதையும் சிறப்பாகச் செய்யலாம் என்ற நிலைக்கு நான் மாறியிருக்கிறேன். கற்றுக் கற்று இதை நான் அடைந்த அதே சமயம், என் மூலமாக இவை வெளிப்படும்போது எனக்கே வியப்பாக இருக்கிறது. என்னைப் பொறுத்தவரை இருக்கும் காலத்திற்குள் எனக்குள் உள்ள எல்லா இசையையும் மிச்சமில்லாமல் வெளியேற்றிவிட வேண்டும் என்பது மட்டும்தான் முனைப்பாக இருக்கிறது. பல சமயங்களில் நான் ஒரு இசைக்கலைஞனே இல்லை என்றும் தோன்றுகிறது. நீங்கள் இதை வேறுவகையில் விளக்கினாலும்–இறைமை என்னைப் பாதித்து அதன் கருவியாக

என்னை வைத்திருக்கிறது என்றே நம்புகிறேன். ஒரு புனிதமான நிலையை நோக்கிச் செல்லும் முனைப்பாகவே எனது இசை உள்ளது. முழுநேரமும் எனக்குள் இருப்பது இசை. எப்பொழுதும் இசையைத் தவிர வேறு வேலை எனக்கு இல்லை. இந்த முனைப்புத்தான் என்னைப் புதிய ஒரு இடத்தை நோக்கி அழுத்துகிறது.

கேள்வி

பல கலைஞர்கள் நம்மை மிச்சமில்லாமல் செலவிட்டுவிடும் தன்மை பற்றிப் பேசியிருக்கிறார்கள். கலைஞர்கள் என்ற நிலையில் மிச்சமின்றி வெளியே கரைந்து விடுவது அது காலத்திலோ, வரலாற்றிலோ—படைப்பின் மூலம் என்ற நினைவு எங்களுக்கும் உண்டு. அந்தவகையில் பிறவற்றிற்காக நம்மை கரைத்துக் கொள்வது என்ற வேகம் உங்கள் இந்த இசை முனைப்பிலும் இருக்கிறதா? நீங்கள் கூறியது அவ்வகையானதுதானா?

இளையராஜா

அந்த நிலைதான் உண்மையானது. நிஜமான படைப்புகள் இவ்வகை உந்துதலில்தான் உருவாக முடியும்.

கேள்வி

படைப்புச் சுதந்திரம், வெளிப்பாட்டுச் சுதந்திரம் என்பது பற்றிச் சில இசையில் ஒரு குறிப்பிட்ட மரபு வடிவம் பலவித அழகுகளை நமக்கு அடையாளம் காட்டும். அதேசமயம் ஒரு கட்டத்தில் பல எல்லைகளையும் தடைகளையும் விதிக்கும். இந்திய இசையில் பலவித விதிகள் பலவெளிப்பாடுகளை மறுக்கக் கூடிய நிலையில், வேறு மரபுகளை நோக்கிச் செல்வது அவசியம் என்று எப்பொழுது உணர்ந்தீர்கள். நாட்டார் மரபுகள் அல்லது சாஸ்திரிய மரபுகள் எந்தவகை வடிவத்திலும் சில சாத்தியப்பாடுகள்தாம் இருக்கும். நீங்கள் உங்களது படைப்புத் தளத்தை விரிவுபடுத்த உங்கள் வெளிப்பாட்டுச் சுதந்திரத்தைத் தொடர எந்த எந்த வகையில் மரபுகளைக் கையகப்படுத்தினீர்கள். இதில் மீறல்கள் என்ன?

இளையராஜா

புதிய வெளிப்பாடுகள் உருவாவதற்குக் காரணமே உள்ளவற்றிற்குள் போதாமையை உணர்வதும் புதிது புதிதாக உருவாக்குவதன் மூலம் கிடைக்கும் படைப்புச் சுதந்திரமும்தான். விதிமுறைகளுக்குள், சூத்திரங்களுக்குள் மட்டும் அடங்கி இருந்தால்

பிறகு புதியவை படைப்பது எப்படி சாத்தியம்? வாழ்க்கைச் சூழல், அனுபவம், உணர்ச்சி மாறுபாடுகள், கற்பனை இவை புதிய வடிவம் பெறும்போது ஏற்கனவே உள்ள மரபுகள் போதாததாக இசையில் தோன்றும். அப்பொழுது நிச்சயம் புதிய வடிவங்களை உருவாக்க வேண்டும். அதில்தான் ஒரு நிஜமான கலைஞன் தன்னை வெளிப்படுத்திக்கொள்ள முடியும். அப்படித்தான் நான் நிறைய செய்திருக்கிறேன். மீறுவதும் சுதந்திரமும் படைப்புக்குத் தேவையானதுதானே. புதிதாக வரும் ஒரு வடிவம் பிறகு போதாததாக மாறும்–அதையும் மீறப்படுவதற்குத் தேவை ஏற்படலாம்.

கேள்வி.

காட்சி சார்ந்த ஒரு கலையுடன் தொடர்புடைய இசைக் கலைஞர் நீங்கள். அதன் பிம்பங்களும் காட்சித் தொடர்புகளும் அதனுடன் இணையும் இசையைக் கட்டுப்படுத்துவதும்; இசை அதற்கு மேலும் சில அர்த்தங்களைத் தருவதும் சாத்தியம். உங்களைப் பொறுத்தவரை இன்றைய திரைப்படங்கள் தரும் பொது அர்த்தத்திலிருந்து அவற்றின் பிம்பங்களைப் பரவலாக மாற்றுவதுபோல ஒரு நிலையை உருவாக்குகிறீர்கள். முழு படம் உருவாக்கும் உணர்வை ஓரளவு புறக்கணித்து, தனித்தனியாக துண்டு துண்டாக பல அர்த்தங்களை, உணர்வுகளை உங்கள் இசையின் மூலம் உருவாக்குகிறீர்கள். இதன்மூலம் தனியான ஒரு இசைத் தளம் ஒவ்வொரு திரைப்படத்திலும் உருவாகிவிடுகிறது. அதாவது திரைப்படத்தில் ஒரு பிம்பம் தரும் அர்த்தத்திற்கும் உங்கள் இசை அதற்குத் தரும் அர்த்தமும் ஒரு தூரப்படுத்தும் உத்தியுடன் செயல்படுகிறது. இதை நீங்கள் பின்னணி இசையின் மூலம் செய்வதற்குத் தனிக்காரணம் ஏதும் உள்ளதா?

இளையராஜா

தனிக் காரணம் என்று எதுவும் தோன்றவில்லை. ஒரு திரைப்படத்தை நான் முழுமையாகப் பார்த்து பின் தனித் தனி காட்சிகளாக, பிம்பங்களாகப் பிரித்து, அதை எப்படி அழகுபடுத்தலாம் என்று சிந்திக்கும்போது ஆறு ஏழு வகையான இசைவடிவங்கள் எனக்குத் தோன்றும். அதில் எது எழுதும்போது வருகிறதோ அதைப் பொருத்தி விடுகிறேன். நான் ஒரு காட்சியை எப்படி உணர்கிறேனோ அதுதான் இசையில் வருகிறது. அதே சமயம் அந்த பிம்பமும் காட்சியும் இசையுடன் இணையும்போது வேறு அர்த்தமும் தோன்றலாம்.

கேள்வி

இங்கு உள்ள திரைப்படங்களை உருவாக்குபவர்கள் இசையுடன் சிந்திக்காதபோது நீங்கள் முழு சுதந்திரத்துடன் இசையை உருவாக்குகிறீர்கள். உங்கள் இசை தங்கள் திரைப்படங்களை அழகுபடுத்துவதாக அவர்கள் உணர்வதால் அவர்களும் அவற்றை ஏற்றுக் கொள்கிறார்கள். ஆனால், கலைப்பூர்வமாக திரைப்படங்களை உருவாக்கும் திரைப்படக் கலைஞர்கள் 'இசை இப்படி' இருக்க வேண்டும் என்று எதிர்பார்ப்பார்கள். அப்படிப்பட்ட கலை சார்ந்த படங்களில் நீங்கள் ஈடுபடும் நேரத்தில் எப்படி உணர்வீர்கள்?

இளையராஜா

ஓர் இயக்குநர் திரைப்படம் ஒன்றுக்கு இசை இவ்வாறெல்லாம் இருக்க வேண்டும் என்று கூறியபின் நான் அதைச் செய்வதானால், நன்றாக அமைந்தாலும் அமையாவிட்டாலும் அதற்கு நான் பொறுப்பாக முடியாது. அங்கு நான் இசையை செய்து தருவதாகத்தான் இருக்கும். எனது படைப்பு, கற்பனை அங்கு அதிகம் வெளிப்பட முடியாது. நான் ஒரு படத்தைப் புரிந்து கொண்டு அதற்கேற்ப இசையை உருவாக்க அதிகம் முயற்சிப்பேன். மேற்கத்திய திரைப்படங்களில் இசை துல்லியமாக இருக்கலாம்; ஆனால் விதம் விதமான தன்மைகள் குறைவாக இருக்கும். இதை நான் மாற்றவே நினைப்பேன்.

உதாரணமாக, எனக்கு நேர்ந்த அனுபவம் ஒன்று. பல முழுநீளப் படங்களையும் பல செய்திப் படங்களையும் இயக்கிய ஐரோப்பிய இயக்குநர் ஒருவர், தான் தயாரித்த இந்தியா பற்றிய படம் ஒன்றிற்கு இசையமைக்கக் கேட்டார். அவருக்கு இசை தெரியும். பியானோவும் தெரியும் என்பதால் இப்படியிப்படி இசை இருக்க வேண்டும் என்று இசைக்கான குறிப்புகளைக் கொடுத்து பியானோவாலும் செய்து காட்டினார். எண்ணூறு படங்களுக்குமேல் இசையமைத்த எனக்கு அப்படி இயக்குநர் கூறுவது முதல் தடவை. எனக்கு அதைத் திருப்பிச் செய்ய மனம் இல்லை. நான் அவரிடம் கேட்டேன்–இதேபோல இசை வேண்டுமா–இதைவிட சிறப்பாக என் கற்பனைக்கேற்ப செய்யவா என்று. அவர் உங்கள் கற்பனைப்படி செய்யுங்கள் என்றார். நான் அந்தப் படத்தின் சில காட்சிகளைக்கூட வரிசை மாற்றியமைக்க யோசனை கூறினேன். அவரும் சிந்தித்து சரியாக இருக்கிறது என்று ஏற்றுக் கொண்டார். பின் இசையையும் உருவாக்கித் தந்த பிறகு–அந்த இயக்குநர் வியப்பும் திகைப்பும் அடைந்தார்.

இதுவரை அவருக்கு எந்த இசையமைப்பாளரும் இவ்வாறெல்லாம் விவாதித்து மாற்றங்கள் செய்து இசையும் அமைத்துத் தந்ததில்லை என்று சிலிர்ப்புடன் கூறித் தனது இரு கைகளையும் தலைக்கு மேலே இப்படித் தூக்கி ஒரு கும்பிடு போட்டார். (சிரிப்பு)

எனக்குச் சுதந்திரம் தருவது மேலும் படைப்புச் செழுமையை உருவாக்கும். ஆனால் இதைப் பொதுவாக எல்லோருக்கும் சொல்ல முடியாது. திரைப்படம் என்று வரும்போது இயக்குநர் இசையை வழிநடத்துவது அவசியம்தான். எனக்குத்தான் அது பொருந்தாது. நான்தான் அப்படிப்பட்ட இசையமைப்பை ஏற்றுக்கொள்ளும் மனநிலையில் இல்லை.

கேள்வி

இடைச் செருகலாக ஒரு கேள்வி. பல்வேறு வித்தியாசங்கள் வடிவ வேறுபாடுகள் இவை ஒரு சேர்க்கையை உருவாக்கி அதில் அழகைக் காண்பது அல்லது அனைத்தையும் சமச்சீராய் ஒரே தன்மையாய் கட்டமைப்பது இவற்றில் எதைக் கலையின் அடிப்படையாக நீங்கள் காண்கிறீர்கள்.

இளையராஜா

இசையில் 'ஹார்மனி' என்ற ஒன்று உண்டு. இது எல்லாம் சேர்ந்து ஒன்றேபோல இருப்பதல்ல. பல வித்தியாசமான வேறுபட்ட சுரங்கள் ஒரே சமயத்தில் இயங்குவது. பல 'நோட்' சேர்ந்து ஒலிப்பது. எல்லாவற்றையும் ஒன்றாய் மாற்றுவது கலையின் வேலையல்ல. வேறுபாடுகள், வித்தியாசங்களை அடையாளம் காண்பதுதான் கலையின் வேலை. இசைக்கு இது மிகவும் அவசியம். நானும் நீங்களும் வேறுபட்டு இருக்கும் உரிமை எப்படி அவசியமோ அப்படிக் கலையில் வேறுபாடுகளுக்கு அவசியம் உண்டு.

கேள்வி

வித்தியாசங்களை அதன் அதன் தன்மையில் அடையாளம் காண்பது கலையின் அடிப்படை என்று கூறும் நீங்கள், ஒரு மேலதிக ஒழுங்கு, கணக்கீடு என்பதை வாழ்க்கையின்மீது திணிப்பதை பிரபஞ்சத்தன்மைக்கும் கலைக்கும் எதிரான ஒரு தன்மை என்றே கூறுவீர்களா?

இளையராஜா

மேலதிக ஒழுங்கு எப்பொழுதும் படைப்பை, கலையை அழித்துவிடும். இதேதான் வாழ்க்கைக்கும். இயற்கையின் ஒழுங்கை,

அழகை நாம் அடையாளம் காணக்காண மனித ஒழுங்கு என்பது ஒன்றுமற்றதாகத் தோன்றலாம். ஒடுக்குவது ஒழுங்கை முன்வைத்து உருவானால் அதை மீறுவதும் வெளியேறுவதும் கலையில் நடப்பதுபோல, வாழ்க்கையிலும் நடக்கலாம். மேலதிக ஒழுங்கிற்குள் இருந்து உருவாகும் ஒன்று (இசையாக இருந்தாலும்) எப்பொழுதாவதுதான் கலையழகுடன் இருக்குமே தவிர, எல்லாச் சமயத்திலும் இருக்காது. இங்கு அறிவு, ஒழுங்கு என்பவற்றைவிட மனதிற்கும் கற்பனைக்கும்தான் அதிக முக்கியத்துவம்.

கேள்வி

கற்பனைக்கும் கனவுக்கும் முதன்மை தரும் கலைதான் எதிர்கால சுதந்திரம் சார்ந்த கலையென்றால் நீங்கள் கூறுவதை அதனுடன் பொருத்திப் பார்க்க முடியுமா?

இளையராஜா

இவை ஒரு கலைஞனை மட்டுமே சார்ந்தது இல்லை. இப்படிக் கூறும்பொழுது அதை உணரும் மனம் எத்தனை இருக்கிறது என்பதையும் அதற்கான சூழல் என்ன என்பதையும் பொருத்தே அதற்கு அர்த்தம் கிடைக்கும்.

கேள்வி

இந்த முனைப்புடன் நீங்கள் எவ்வளவு செய்திருப்பதாக உணர்கிறீர்கள்

இளையராஜா

இதுவரை செய்தது எனக்குள்ளிருப்பதிலிருந்து ஒரு மயிரிழையின் சிறுதுண்டு அவ்வளவுதான். இனிமேல் சிலவற்றைச் செய்ய வேண்டும். எனக்குள் இருப்பது அந்த அளவு, வெளிப்பட்டது மிக சிறிது.

கேள்வி

உங்களுடைய How to name it இல் தனித்தனி உணர்வுகள் பதிவாகியிருந்தன. Nothing but wind ஒரு கருத்துணர்வு இழை ஊடாகச் செல்கிறது. அணு ஆயுத ஆபத்து, அமைதியற்ற உலகப் போர்ச் சூழல் இவற்றைப் பற்றிய பதட்டம் மனித அக்கறையுடன் கூடிய ஒரு வெளிப்பாடாக அது இருந்தது.

இளையராஜா

அணு ஆயுத சேகரிப்பு–மனித சமூகத்திற்குத் தரும் பேரச்சம். சிறு விபத்துக்கூட அணு ஆயுதங்களை, உலைகளை வெடிக்கச் செய்து உலகை அழிக்கக்கூடிய ஒரு பாதுகாப்பற்ற நிலை. இதை ஏன் மனிதர்கள் செய்தார்கள் என்ற கவலை இசை வடிவத்தில் அதில் அமைந்திருக்கிறது.

கேள்வி

அந்த இசைப்பகுதி–அணு ஆயுத வெடிப்பு என்பது பல்வேறு இயந்திரங்களின் கூட்டால், இயந்திர வளர்ச்சியால் உருவாகும் ஒன்றுதான். அது திடீரென ஏற்படுவதில்லை. இந்த இயந்திர வாழ்வின் தொடர்ச்சியாக இருக்கிறது என்ற செய்தியை உள்ளடக்கி இருக்கிறது. இயற்கையின் அழகுடன் மனித வாழ்வின் அழகு என்ற தன்மை நோக்கி உங்கள் இசை செல்வது அதில் தென்படுகிறது.

இளையராஜா

அதை நான் உள்ளூடாக அமைத்திருக்கிறேன். அது உங்களால் புரிந்து கொள்ளப்பட்டு உணரப்பட்டிருப்பது மகிழ்ச்சி அளிக்கிறது. ஒரு கலைஞன் என்றவகையில், எனது மொழி இசை என்ற வகையில் நான் இவற்றை வெளிப்படுத்தியிருக்கிறேன்.

கேள்வி

திரைப்படம் சாராத வேறு வடிவங்களில் நீங்கள் உங்களை, உங்கள் இசையை தொடர்ந்து வெளியிடுவது எப்போது?

இளையராஜா

இன்னும் சிறிது காலம் எடுக்கும், அதற்கான பின்னணியை உருவாக்கிக் கொண்டிருக்கிறேன். பிறகு பேரிசை வடிவங்களை நோக்கிச் செல்வேன்.

இசையற்ற இடத்தில் இளையராஜா

தீராநதி அக். 2002ல் இளையராஜா குறித்து அ.மார்க்ஸ் எழுதிய கட்டுரையை முன்வைத்து.

ராஜாவின் சறுக்கல், ரசிக மதிப்பீட்டில் ராஜாவின் வீழ்ச்சி இளையராஜாவின் இசை ஒரு தேக்கத்தை அடைதல், தொண்ணூறுகளின் இதயத்துடிப்பை ராஜாவால் பிடிக்க இயலாது போதல் போன்ற இசைக்குத் தொடர்பற்ற தொடர்களை மாபெரும் கோட்பாட்டு, தத்துவக் கண்டுபிடிப்புகள்போலப் பயன்படுத்தி இளையராஜா பற்றிய ஒரு அபத்தக் கட்டுரையை அ.மார்க்ஸ் அவர்கள் எழுத எங்களின் 'இளையராஜா; இசையின் தத்துவமும் அழகியலும்' நூல் ஒரு காரணியாகப் பயன்படுத்தப்பட்டிருப்பதாலும்; எங்கள் நூலின் பல கருதுகோள்களை பின்னணியாகக் கொண்டு பல வாதங்கள் கட்டப்பட்டிருப்பதாலும் அக்கட்டுரைக்கு பதிலும் விளக்கமும் திருத்தங்களும் தர வேண்டிய அவசியம் எங்களுக்கு ஏற்பட்டிருக்கிறது. இங்கு வைக்கப்படும் விமர்சனம் என்பது இந்திய இசை, மேற்கத்திய இசை பற்றிய அ.மார்க்ஸ் அவர்களின் அபிப்பிராயங்களையும் விபரப் பிழைகளையும் சுட்டிக் காட்டுவதன்மூலம் இசை பற்றி அவர் வைக்கும் வாதங்கள் அடிப்படையற்றவை என்பதை நிறுவக் கூடியதாக மாறிவிடுவது தவிர்க்க முடியாததாக உள்ளது. 'விமர்சன அறிவு என்பது ஒரு மனித மாண்பு' (அ.மா) என்பது உண்மையோ இல்லையோ எழுத்திற்கும் வாசிப்பிற்கும் தீவிர விமர்சன அறிவு முக்கியமானது.

* * *

இளையராஜா பற்றிய அ.மார்க்ஸின் கட்டுரை சுற்றி வளைத்து ஏதேதோ கூறியபோதும் அதன் உள்ளீடான வாதம் "இளையராஜா தனிச்சிறப்புடைய ஒரு இசைக்கலைஞரோ, விதந்தோதப்பட வேண்டிய, உன்னதப்படுத்தி மகிழ வேண்டிய ஒரு படைப்பாளரோ அல்ல. அவரும் சாதாரண திரை இசையமைப்பாளன்தான். இன்னும் சொல்லப்போனால் உலகத் தரத்திற்கு ஒப்பிட்டுச் சொல்லத்தக்க அளவில் ரஹ்மான், ஹாரீஸ் ஜெயராஜ் முதலானோர் இசைக் கட்டுமானங்கள் அமைத்து வெகுசனப்படுத்தியதுபோல

சாதிக்க முடியாமல் அடுத்தகட்ட இசைத் தேவைகளைக்கூட பூர்த்திசெய்ய இயலாமல்போன, ஒரு தேக்கத்தை அடைந்த நமது காலத்தின் இசை என்ன? என்பது பற்றி சிந்திக்கத் தவறிய ஒரு தோல்வியாளர். எல்லா வகையிலும் தேங்கி உளுத்துப்போன கர்நாடக சாஸ்திரிய இசையைத்தான் நமது மரபிசையாகவும் தனது புதிய பரிணாமத்தின் தளமாகவும் ஏற்றுக் கொண்டவர். சநாதனத்திடம் சரணடைந்தவர். சமகாலப் பிரக்ஞையிலிருந்து தூர விலகியவர். மேலும் இந்த மண்ணுக்குரிய, இந்தக் காலத்துக்குரிய இசையை உருவாக்கத் தவறியவர்.

இந்த மதிப்பீடுகளை இளையராஜாமீது வைக்க அ.மார்க்ஸ் அவர்களுக்கு இடம் தந்திருப்பது, இளையராஜா ஒரு 'எளிய தலித் குடும்பத்தில் பிறந்தவர்' என்ற விபரம் மட்டுமே. இந்த ஒரு அடிப்படையை மட்டுமே வைத்துக்கொண்டு அவர் பல்வேறு வாதங்களைக் கட்டுகிறார். தலித்தாகப் பிறந்த ஒருவர் தான் என்னவாக மாற வேண்டும்? என்பதை பல மன கருத்துப் போராட்டங்களுக்குப்பின் அவரே தேர்ந்தெடுத்துக் கொள்ள வேண்டிய நிலையில் இருக்கிறார். இதில் தலித்தல்லாத ஒருவர் இடையீடு செய்ய இன்றைய 'அம்பேத்கர் காலகட்டம்' இடந்தரவில்லை. இதை, கவனத்தில் கொள்ளத் தவறியதன் விளைவே அ.மார்க்ஸின் தாக்குதல்கள். இந்தத் தாக்குதல்கள் பல்வேறு பிழைபட்ட வரலாற்று கருத்தியல் தரவுகளின் அடிப்படையில் கட்டப்பட்டிருக்கின்றன என்பதால் அ. மார்க்ஸின் மொத்த நிலைப்பாடுமே கேலிக்குரியதாகிறது. அ.மா. கட்டுரையில் தொடர்களாக கையாளப்பட்டிருக்கும் சில கருத்தாக்கங்களை ஒவ்வொன்றாகப் பார்வைக்கு எடுத்துக் கொண்டு சரிபார்ப்பதன் மூலம் நாம் மாறுபட்ட வேறு தளத்தை அடைய முடியும். இனி, வருபவை சரி பார்த்தல்களும், விளக்கங்களும், கூடுதல் தகவல்களும்.

இளையராஜாவை மறுக்க அ.மார்க்ஸ் எடுத்துக்கொள்ளும் அடிப்படையான இரு கருதுகோள்கள்; ஒன்று, இளையராஜாவை தலித் என அணுகி அவரது நடைமுறைகளை விமர்சிக்க வேண்டும். இரண்டு; ராஜா பார்ப்பன ஆதரவாளர் என்பது அவரது இசைக்கு அப்பாற்பட்ட செய்தி அல்ல. அவர் இசை சநாதன தர்மத்தை அசைத்துக்காட்ட வல்லது அல்ல; இசைத்துக்காட்ட வல்லது.

இதன் நுணுக்கமான வன்முறைகளை நாம் இப்படி பட்டியலிடலாம். ஒருவர் எவ்வளவு பெரிய கலைஞனாக, சிந்தனையாளனாக, சாதனையாளனாக மாறினாலும் அவர் தலித்

என்றால் வாழ்நாள் முழுக்க அது தரும் அடையாளத்திலிருந்து மாறக்கூடாது. அவர் தன்மீது சுமத்தப்பட்ட வரலாற்று சமூகக் கட்டுப்பாடுகளை மீறி புதிய அடையாளத்தை புதிய கலைசார்ந்த வடிவத்தை எடுத்தாலும் கலைஞன் என்றோ படைப்பாளன் என்றோ, நான் சொல்லமாட்டேன். நீ தலித் மட்டும்தான். நீயே மறுத்தபோதும் தலித்தான். ஏனெனில் உனது பிறவி அது. இதைத்தான் சநாதன வன்முறை என்பது. உனது செயல், அறிவு, படைப்பாற்றல் அல்ல உன்னை மதிப்பிடுவது– உனது பிறப்பு மட்டும்தான் என்கிறது மனுஸ்மிருதி. உனது பிறவி விதித்ததற்குமேல் எந்தச் செயலையும் செய்யக்கூடாது என்பதும் இதன் உள்ளடக்கம். ஆனால் இளையராஜா இதை மீறி இருக்கிறார். குறிப்பாக, அசாத்தியம் என்ற ஒரு தளத்தில் தனது இசைக் கற்பனைகளைக் கொண்டு செலுத்தியிருக்கிறார். அவர் செய்தவற்றைவிட செய்ய இருப்பவை, செய்ய இயலக் கூடியவை அதிகம் என்ற நினைவுடனேயே எப்பொழுதும் இருக்கிறார். ஆனால் இதற்கெல்லாம் எந்தப் பொருளும் கிடையாது. ஏனெனில் அவர் தலித். இந்தியச் சாதி அமைப்பு இந்த இடப்பெயர்ச்சியை, உருமாற்றத்தை ஏற்பது இல்லை. கடுமையாகவும் வன்மையாகவும் இதை ஒடுக்கும். ஒடுக்குதல் உடல் மனம் என்ற இருவகையில் ஒரு ஒடுக்கப்பட்டவர்மேல் பாயும். இதிலிருந்து அவர் தப்ப எடுக்கும் எத்தனம் மிகக் கடுமையானது. பித்துப் பிடிக்கவைக்கும் தன்மையானது. இதைப் புரிந்து கொள்ளாத ஒருவர்தான் அவரது நடைமுறைகளை' விமர்சிக்க வேண்டும் என்று கூறமுடியும். அதுவும் ஒரு இசைக் கலைஞரை படைப்பாளியை 'நடைமுறை' என்ற வகையில்தான் விமர்சிக்க வேண்டுமா? ஒரு இசைக்கலைஞருடைய நடைமுறை அவரது இசைப் படைப்பில்தான் இருக்கிறது. அதில்தான் அவர் மூழ்கிக் கிடக்கிறார். அதை மீறி என்ன நடைமுறை இருக்கிறது?

அடுத்து,'ராஜா பார்ப்பன ஆதரவாளர் என்பது எதை வைத்து அ.மார்க்ஸ் இதைக் கூறுகிறார்? அவர், இந்திய ஆதிக்க சமய நம்பிக்கைகளை ஏற்றுக் கொண்டவர் என்பதாலா அல்லது சாதி அமைப்பு தீண்டாமை போன்றவற்றை இளையராஜா எங்காவது ஏற்றுக் கொண்டார் என்பதைக் கண்டுபிடித்ததாலா? இதில் எதுவும் ராஜாவை பாதிக்கக்கூடிய குற்றச்சாட்டுகள் இல்லை. ஏனெனில், இளையராஜா பிராமணிய மேலாண்மையை ஏற்பவர் அல்ல; மாறாக ஆன்மிக எழுச்சியும் அடிமனத் தாகமும் இருந்தால் அனைவரும் தெய்வீகத்தை உணரமுடியும் என்ற சித்தர் மரபு சார்ந்தவர். இவர் பிராமணர்கள் வழியே ஒருவர் பேருண்மையை

அறிய முடியும் என்பதை மறுப்பவர். சடங்கு, சம்பிரதாயங்கள், பிறவி உரிமை போன்றவற்றை தன் நம்பிக்கையிலிருந்து மறுத்த நிலையை சநாதனம் ஏற்பதில்லை. எல்லோரும் தெய்வீக, ஆன்மீக நிலையை அடையவும் உணரவும் முடியும் என்பதையும் பிராமணிய சநாதனச் சாதிகள் ஏற்பதில்லை. இதில் எந்த இடத்தில் இளையராஜா பார்ப்பன ஆதரவாளர்? நானே பிரம்மம், சிவம் என்று கூறுவதற்கு 'எல்லோரும்' கூறுவதற்குப் பெயர் சநாதனமா? சநாதனம் என்றால் மாறாத சட்டம் என்று பொருள் இளையராஜா மாறாத எந்த விதியை முன்வைக்கிறார். இவர் ஊர் சுற்றி அலையும் துறவிகளைத் தேடிச் செல்கிறார். 'அம்மா' என்பதை ஒரு உருவகமாகக் கொண்டு தனது இறையியல் ஆன்மீக நம்பிக்கையைக் கட்டுகிறார். அம்மா என்னுடன் பேசுகிறாள் என்று கூற ஒரு பித்த நிலையும் சித்துநிலையும் வேண்டும். இதை சநாதனம் எல்லோருக்கும் அனுமதிக்கிறதா, இவரது ஆன்மீக நம்பிக்கை சாதி, சமய ஆதிக்க அடக்குமுறைக் கொடுமையை நிராகரித்த நாராயண குரு, வைகுண்ட சாமி, ராமலிங்க அடிகள் போன்றவர்களின் கூறுகளை உடையது. இதைத் தேர்ந்தெடுக்க அவருக்கு உரிமை உண்டு. இந்தியச் சமூகத்தில் ஒடுக்கப்பட்ட நிலையிலிருந்து மீறும் பயணம் இப்படிப் பலப்படித்தான தன்மையுடன்தான் இருக்கும். மாயி அம்மாய் என்பவரைத்தான் முதல் குருவாகக் கொண்ட இளையராஜா, பெருமதத்தன்மையில் இருந்து அடிப்படையில் வலகியவர்.

அடுத்து, இவரது இசை சநாதனத்தை இசைத்துக் காட்டியது என்ற குற்றச்சாட்டு. இதற்கு என்ன ஆதாரம்? அவரது திரைப்படங்களுக்கு உள்ளாகவும் வெளியாகவும் பலபடித்தன்மையைக் கொண்டாடக் கூடியது. மிகப் பரந்த பயணத்தை, இடப் பெயர்ச்சியை கலப்பை குறியீடாகக் கொண்டது. அ. மார்க்ஸ் சிலாகிக்கும் Twelve Tonal Music என்ற அர்னால்ட் ஷோயென்பெர்க்கின் ஆக்கம் Twelve Tone system அல்லது Twelve note System எனப்படுவது 1908 லிருந்து 1923 வரையான காலகட்டத்தில் வடிவமைக்கப்பட்டது. Serialism எனப்படும் இதை, தமிழிசையில் திரை இசையில் முதலில் பயன்படுத்தியவர் இளையராஜா என்பதை அ.மா தெரிந்திருக்க நியாயம் இல்லை. மேலும் Polytonal Music, Microtonal Music என்பவற்றையும்கூட இளையராஜாவே தனது இசையில் பயன்படுத்தியவர் (சப்தங்கள், இயற்கை ஓசைகள், வெளிப்புற இரைச்சல்கள், இசை வரிசையாக வடிவம் எடுத்தல்) இவை இருபதாம் நூற்றாண்டு மேற்கத்திய இசையின் பரிசோதனை வடிவங்கள். இத்துடன் Aleatory Music எனப்படும் மிகப்

பரிட்சார்த்தமான ஒரு வடிவம் பல் சுரத்தன்மை (Polytone) இசைப்பிறவரல் குறிப்பு (Quotation Music) இடையீட்டுக் கலைப்பு (Distortion) பிற இசை நினைவு (Musical inter textuality) போன்றவற்றை உடையது. இதையும் மிக அனாயசமாகக் கையாண்டிருப்பவர் இளையராஜா. மேலை இசையின் பெரும் கலகக்காரரும் சென் பௌத்த உபாசகருமான John Cage (1912-1992) வடிவமைத்த Theatricality, Visual Music போன்றவற்றுடன், ஓசைகளை இசைத்தன்மையுடையதாக வரிசைப்படுத்தும் பிரஞ்சு முறையான Musique concrete என்பதையும் இளையராஜாவே மிகப் பிரக்ஞையுடன் தனது இசைக் கோலங்களுக்குப் பயன்படுத்தி இருக்கிறார். இதே இளையராஜாதான் Landscape Music, Ambience Music என்பதையும் தமிழில் அறிமுகப்படுத்தியவர். Dream Sequence என்பதையும் அதிகமாகக் கையாண்டவர். 'நமது மரபு புவியியல் இயற்கை வேறுபாடுகளுக்கான (Landscape) இசையை உருவாக்காதது சிந்திக்கத்தக்கது' என்ற கண்டுபிடிப்பைச் சொல்லிய அ.மா ஏன் இதைக் கவனிக்க முடியவில்லை? நிலவியல், இயற்கைவெளி, தாவரவெளி, நீர்வெளி, விலங்குவெளி, கால பருவ மாறுபாடுகள் என்பதைச் சுற்றிச்சுற்றி அலைகிற இளையராஜாவின் இசை எப்படி, சநாதன தர்மத்தை (என்ன இது) இசைத்துக் காட்டுகிறது என்பதை விளக்க வேண்டாமா?

இளையராஜாவின் இசை நவீன மனதின் அலைச்சல்களும், தொன்மையான இந்திய நாடோடி ஆன்மீக நினைவின் அசைவுகளையும் உள்ளடக்கியது. Blues, Jazz போன்றவற்றில் உள்ளார்ந்து இழையோடும் Mysticism Spirituality போன்றவற்றை இல்லையென்று மறுக்கும் வெள்ளை இயந்திரவாதம்தான் இளையராஜாவின் இந்தத் தன்மைகளையும் மறுக்கும். மிகச் சமீபத்தில் இசையில் அதிகமாக விவாதிக்கப்படும் Ethnic Motive என்பதைக்கூட புரிந்து தனது இசைக்குள் இசைக்கிறவர் என்று சொல்வதற்கு மனித மாண்பாக உள்ள எந்த விமர்சன அறிவு இடம் கொடுக்கிறது என்று தெரியவில்லை. அ.மா 'இளையராஜா நடைமுறையில் பார்ப்பன ஆதரவாளராக இருந்த போதிலும் அவரது இசையில் அதற்குரிய அடையாளமில்லை. அவரது இசை சநாதன தர்மத்தை அசைத்துக் காட்டியது என்கிற கூற்றை நம்மால் ஏற்க இயலவில்லை' என்று அசைக்க முடியாத ஆதாரத்துடன் கூறுவதைக் போல கூறுகிறார். எப்படி ஏற்க இயலும்? இசையின் பேராற்றலையோ, இசையின் சில அடிப்படைக் கூறுகளையோ அறியாமல் இளையராஜாவின் இசையை எப்படி ஏற்க இயலும். இளையராஜாதான் தனக்குப்

படித்த பாடலாக 'ஜனனி ஜனனி'யைக் கூறுகிறாரே. இது ஒன்று போதாதா அவர் பார்ப்பன ஆதரவாளர் என்பதற்கு–இதுதான் அ.மாவின் கொண்டாட்டம் நிறைந்த வாதம். இளையராஜா இதை மட்டுமா கூறியிருக்கிறார். இன்னும் பல கூறியிருக்கிறார். 'மாதா உன் கோயிலில் மணிதீபம் ஏற்றினேன்' என்பதைத் தனக்குப் பிடித்த பாடல் என்றும் தனிமையில் பலமுறை அதைப் பாடும் பழக்கம் உண்டு என்றும் கூறியிருக்கிறார். நாகூர் ஹனிபாவின் பல ஒலிநாடாக்களுக்கு இசையமைத்தது இன்றும் நினைவில் பசுமையானது என்றும் கூறியிருக்கிறார். ஒரு சங்கீத வித்துவானின் ஆலாபனையும் ஒரு நாயின் ஓலமும் தனக்கு இசையென்ற அளவில் ஒன்றுதான் என்றும்கூட ஒருமுறை கூறியிருக்கிறார். 'உலகில் உள்ளது பல கோடி இசை. இதில் எது உயர்ந்தது எது தாழ்ந்தது? எல்லாம் ஓசைதான்' என்றும்கூட கூறியிருக்கிறார். 'எல்லாம் யோசிக்கும்வேளையில் எனக்கு இசையும் தெரியாது எதற்கு இந்தப் பிறவி என்பதும் தெரியாது' என்றுகூடத்தான் கூறியிருக்கிறார். 'அம்மா என்பது ஒரு கடல், வானம். அதை விளக்க யாருக்கு முடியும்' என்றுகூடக் கூறியிருக்கிறார். 'உலகமயமாதலும் ஏகாதிபத்தியமும், பொருளாதார அமைப்புகளும் பல்வேறு இனங்களையும் மக்களையும் அழித்துக் கொண்டிருக்கிறது' என்று மன அழுத்தத்துடன் கூறியிருக்கிறார். மொழி பற்றியும் இன விடுதலை பற்றியும் Folklore, Triballore பற்றியும் அவருக்கு மிகப் பரவலான புரிதல் இருக்கிறது என்றாலும் என்ன செய்ய? அ.மா சொல்லுகிறார், 'நமது மண்ணின் இசை பக்திபூர்வமானது என்று புல்லரிக்கும் ராஜா ஒரு பார்ப்பன ஆதரவாளர், சநாதனத்தை இசைத்தவர்'.

இது எப்படி சாத்தியம்? இளையராஜா 'பக்தி' என்று குறிப்பிட்டவுடன் அது அவரது இசையை மறுக்கப்போதுமானதாக எப்படி மாறுகிறது? முதலில் இளையராஜாவுடன் எங்கள் உரையாடலில் நாங்கள் கேட்ட கேள்வியின் சுருக்கம். மேற்கத்திய மரபுகள், இந்திய மரபுகள் இரண்டையும் நீங்கள் இணைக்கிறீர்கள். உள்நோக்கிய தன்மை, வெளிநோக்கிய தன்மை இவை எப்படி உங்கள் இசையில் இணைகிறது? என்பது தொடர்பானது அதற்கு, அவர் கூறிய பதிலிலிருந்து வெட்டியெடுக்கப்பட்ட ஒரு வரியைத்தான் அ.மா இரண்டு இடங்களில் குறிப்பிட்டு, இளையராஜா கீழினும் கீழான ஒரு பார்ப்பன ஆதரவாளர் என்பதை அசைக்க முடியாத ஆணித்தரத்துடன் நிறுவி களிப்பு கொள்கிறார். அந்த வரி 'இந்த மண்ணுக்கென உருவான இசையின் அடிப்படை பக்தி பூர்வமானது' எனப் பேட்டியளிக்கிறார். (பிரேம்–ரமேஷ்

பக் 64/ 'நமது மண்ணின் இசை பக்தி பூர்வமானது எனப் புல்லரிக்கும் ராஜா (பிரேம்-ரமேஷ் பேட்டி) இளையராஜா கூறிய வரிவான விடையை மறுபடியும் இங்கு குறிப்பிட இடமில்லை. அதன் சுருக்கப்பட்ட வடிவமும் சில வரிகளும் இப்படியாக அமைகிறது. 'இந்த மண்ணில் தோற்றுவிக்கப்பட்டபோது இங்கு இசையின் அடிப்படை எப்படி இருக்கிறதென்றால் அது பக்தி பூர்வமானதாக இருக்கிறது. பக்தி பூர்வமானதாகத்தான் முதன் முதலாகப் பாடல்கள் உண்டாக்கப்பட்டன. இதில், நீங்கள் யாராக இருந்தாலும் நான் யாராக இருந்தாலும் நமது முன்னோர்கள் முதலில் காட்டுமிராண்டித்தனமான ஓர் இசையிலிருந்துதான் ஆரம்பித்திருக்கிறார்கள். ஆக, இசையினூடாக இவ்வாறாக வளர்ந்த அவன் தன்னைவிட இப்பிரபஞ்சம் நீண்ட காலமாக இருக்கும் ஒன்று என்பதை உணர்ந்ததும் தன்னை மீறிய ஒரு சக்தி இருக்கிறது என்பதில் நம்பிக்கை கொண்டான். தன்னை மீறிய சக்தி என்பதுதான் இருக்கிறது. தான் இல்லை என்பதின் அடிப்படையில் பக்திப் பாடல்கள் உருவாக ஆரம்பித்தன..' இவ்வாறாக தொடர்ந்து கூறும் இளையராஜா இந்திய இசையில் பக்தியின் பங்கைப் பற்றியும் மேற்கத்திய இசையின் அடிப்படை பற்றியும் விளக்கிச் சொல்கிறார். ஓரிடத்தில் 'எந்த இசையாக இருந்தாலும் அது வெளி நோக்கியதாகத்தான் இருக்கும்' என்றும் கூறுகிறார். மேலும் தான், இந்திய மேற்கத்திய மரபுகளை இணைத்த முறையை 'தன் பங்கு எனச் சொல்லவேண்டுமென்றால் பலவித இசைப் போக்குகளூடாக ஒரு ஹார்மனியை உண்டு பண்ணியதுதான்' என்றும் குறிப்பிடுவார்.

இவ்வளவு விரிவான ஒரு பதிலில் 'பக்தி' என்ற சொல் மட்டுமே இளையராஜாவை நிராகரிக்கப்போதுமானது என்று அ.மா தமிழ் மக்களுக்கு முன்மொழிகிறார் என்றால் அது எவ்வளவு பெரிய அறிவு எதிர்ப்புத்தன்மை உடையது. இதுதான் சநாதனம் என்பது 'பக்தி', 'இறைநிலை', 'வழிபாடு', 'பிரார்த்தனை', 'தோத்திரம்' என்பது பூர்வீக இசை, புராதன இசையிலிருந்து மேற்கத்திய, ஆப்பிரிக்க, ஆசிய இசை தொடங்கி Blues, Jazz வரை இழையோடிக் கிடப்பது. இதை, ஓரளவு விபரம் தெரிந்தவரும் அறிந்திருக்க முடியும். கருப்பின அடிமைத் துயரைப் பாடிய Bluesஇல் Black Gospal Music என்ற ஒரு வகையே தோன்றியிருக்கிறது. இறை மறுப்பும் மத மறுப்பும் மட்டும்தான் இசை என்றால், இந்திய நாட்டார் நாடோடி மரபுகள்கூட இசையில்லை என்று ஆகிவிடும். அ.மா அதிகம் அறிந்ததுபோல் கூறுகிற 'தலித் இசையில்தான் இந்தியாவில் மிக உருக்கமான பக்திப் பாடல்களும் சிறுதெய்வ வழிபாட்டுப்

பாடல்களும் இருக்கின்றன. பறை இசைக்கருவி தெய்வத்தால் வழங்கப்பட்டது என்ற நம்பிக்கை மட்டுமல்ல, இந்திய நாட்டார் மரபிசைக் கருவிகளில் ஒவ்வொன்றுமே இறைத்தன்மையுடையதாக, புனிதத்தன்மை உடையதாக, தெய்வங்களுடன் பேசக் கூடியதாக அந்தந்த மக்கள் நம்புகிறார்கள். பறையை காலால் ஒருவர் தொட்டு விடுவதைப் பார்க்கும் ஒரு கலைஞருக்கு வரும் கோபமும், பறையாட்டத்திற்கு முன்பு செய்யப்படும் பூமி மற்றும் தெய்வ வணக்கமும் புத்திகெட்ட சநாதனத்தன்மை என்று கூற எந்த அறிவுஜீவிக்கும் உரிமையோ, தகுதியோ கிடையாது.

இளையராஜாவை மறுக்க அவர் பக்தி வழி செல்கிறார் என்ற வாதம் எந்த சமூகவியல், வரலாற்று, உளவியல், பார்வையும் அற்றவர்களால் மட்டுமே வைக்கப்பட முடியும். பக்தி மட்டுமே இசையை உருவாக்கும் என்பது எப்படி அபத்தமானதோ அப்படியே பக்தி உள்ள ஒருவர் இசையை செய்ய முடியாது என்பது.

இசையைப் பொருத்தவரை மட்டுமல்ல; எல்லாவித கலைகளும் ஒருவித சமயத்தன்மை உடையதுதான். தொடர் சாதகம், பயிற்சி, கவனம், தியானம், உள்முக உச்சாடனம், பித்துப்பிடித்த ஒரு பிடிவாதக் கனவு, கவிந்துகொள்ளும் ஒரு தொடர் கற்பனை மேலும் தான் செய்வதன்மேல் நம்பிக்கை, இது பிறரையும் அடைய வேண்டும் என்னும் தாகம். இசை சமயத்தன்மை உடையதுதான். கடவுள் இல்லை என்று தெரிந்துகொண்ட பல கலைஞர்கள்கூட ஒரு புனிதத்தன்மை மந்திரத்தன்மை, பூடகத்தன்மை, ஆன்மீக நிலை பற்றிய ஊசலாட்டத்துடன் இருந்தே தமது படைப்புகளைத் தந்தவர்கள். மேற்கின் பேரிசைகளை உருவாக்கிய யாரும் கடவுள் மறுப்பாளர்கள் இல்லை. தேவாலயத்தின் ஆதிக்கத்தன்மையை மறுத்து, தீவிர பக்தி இறைநிலை பற்றி சிந்திக்க வேண்டும் என்று கூறிய சிலர் இருக்கிறார்கள். இதில் இளையராஜாவை மட்டும் தனித்து ஒதுக்கி நீ ஏன் பக்தி என்று சொல்லுகிறாய். தெய்வீகம் என்று சொல்லுகிறாய், ஆன்மீகம் என்று சொல்லுகிறாய், அம்மா என்று சொல்லுகிறாய் என்று கேட்க நாம் யார்? நம்முடைய தகுதி என்ன? தம்மைப் பற்றிய மூட நம்பிக்கைகளால் சூழப்பட்டவர்களால்தான் இப்படிப்பட்ட கேள்வியைக் கேட்க முடியும்.

* * *

சரி, இளையராஜாவை விமர்சிக்கக்கூடாதா என்ன? நிச்சயம். யாரையும் விமர்சனத்திற்கு அப்பாற்பட்டவராக நிறுத்துவது

சனநாயக நெறிமுறைகளுக்குப் புறம்பான ஒன்றுதானே. அதே சமயம் தான் விமர்சிக்க எடுத்துக் கொண்ட துறைமீது அக்கறையோ, அறிவோ இல்லாமல் அதைச் செய்ய முடியுமா? விமர்சனம் செய்யும் தகுதி நமக்கு வேண்டாமா? நான் எதையாவது சொல்வேன் அதைக் கேட்டு நீ உன்னை விமர்சிப்பதாக எடுத்துக்கொள்ள வேண்டும் என்பது பார்ப்பன ஆதரவுத்தன்மை உடையதாக இல்லையா? அ.மா தான் கூறியவற்றைப் பற்றியே தெளிவற்றவராக இருக்கும்பொழுது இளையராஜாவிற்கு எந்தத் தெளிவை அளித்து விட முடியும்?

'வேதம் புதிது' போன்ற படங்களில் அவரின் சிறந்த திரை இசைகள் பல சமஸ்கிருத சுலோகங்களுடன் குழைந்து வெளிப்பட்டதை மறந்துவிட இயலுமா?' என்று கேட்கும் அ.மா முக்கியமான ஒன்றை மறந்துவிட்டார். வேதம் புதிது படத்திற்கு இசை, தேவேந்திரன் என்ற மலையாள இசையமைப்பாளர்.

பெரிதும் பேசப்படக் கூடிய அவரது How to name it, Nothing but wind ஆகிய இசைக் கோலங்களிலும்கூட அவர் வளர்த்தெடுக்கும் இசையின் உச்சம் வேத முழக்கங்களில் கரைவதை நாம் மறந்து விட இயலுமா? என்று கேட்கிறார். மறக்க வேண்டாம். இந்த இரண்டு இசைக் கோலங்களிலும் உச்சம் என்பதே அவற்றின் உள்ளீடாக வரும் இந்திய நாட்டார் புராதன மரபிசைகள்தான். வேத ஓசைகள் இவற்றில் கரைந்து மறைந்து விடுகின்றன; சில இடங்களில் மட்டும் தோன்றி சப்தங்கள், ஓசைகள், பறவை ஒலி, நீரின் சலசலப்பு, வாகன இயந்திர தாளங்கள் பலவிதங்களில் பின்னிப் பிணைந்து அமையும் இந்த இசைக் கோலங்கள் 'இந்திய சாஸ்திரிய' இசைகளில் அடங்காதவை. அதேபோல் மேற்கின் இலக்கணத்திற்கும் முழுதும் பொருந்தாதவை. 'எப்படிப் பெயரிட இந்த இசையை?', 'காற்றைத் தவிர வேறில்லை' என்பது கலைஞனின் பதில். வேதம் ஓதல் என்பதை பல நூறு ஒலிகளில் ஒன்றாக பல நூறு நினைவுகளில் ஒன்றாகக் கரைத்து அதன் தனித்தன்மையை நீக்கிவிடும் ஒரு இசை முயற்சியை வேத முழக்கங்களில் கரைவதாகக் கூற எந்த இசைவழி மரபும் இடம் தரவில்லை.

இங்கு இளையராஜாவிற்கு வேத கோஷங்களின் இசைத் தன்மைமீது உள்ள உரிமைமீறலைப் பற்றி கவலைப்பட வேண்டியது 'நாம்' அல்ல. காஞ்சி ஆச்சாரியர்கள் இளையராஜாவை வைத்து வேதங்களுக்கு இசை அமைத்து அதை பொதுமக்கள் மத்தியில் கொண்டு செல்ல நினைத்தால் என்ன? இதிலும்கூட சநாதனத்தை இளையராஜா பொய்ப்பித்தவராகத்தானே தோன்றுகிறார்.

வேதத்தைக் கேட்கவே கூடாது, உச்சரிக்கக் கூடாது, படிக்கக் கூடாது, பொருள் கூறக்கூடாது. இது பிறருக்கானது இல்லை. எங்களுக்கு மட்டுமே உரியது என்றவை என்ன ஆயின? ஏன், அது பொதுமக்கள் மத்தியில் கொண்டு செல்லப்பட வேண்டும்? அதுவும் இளையராஜாதான் அதற்கு இசையமைக்க வேண்டுமா? இளையராஜாவிடம் அதை ஒப்படைப்பதா? வேதம் இத்துடன் முடிந்து போகவில்லையா. ஒப்புயர்வற்ற நான்கு வேதம் என்ற மயக்கமும் மாயமும் எப்போது கலைவது? அது அனைவருக்கும் தெரியவரும்பொழுது வேதம் என்பது இந்திய நாடோடி வாய்மொழி மரபுப் பாடல்களில் சிலவற்றின் தொகுதிதானே. இதில் என்ன மாயமந்திரம் இருக்கிறது. இளையராஜா அதற்கு இசை அமைக்கட்டும், எல்லோரும் அதைக் கேட்கட்டும். தமிழில் மொழி பெயர்த்து எல்லோரும் படிக்கட்டும். ஆச்சாரியர்களுக்கு என்ன வேலை அங்கே? அதுவும் காற்றைத் தவிர வேறென்ன.

Nothing but windல் உள்ள Singing self, Mozart I Love you, Song of Soul, Composer's Breath, Nothing but wind என்ற இசைப்பகுதிகளை ஒருமுறை கேட்டுவிட்டு ராஜா சநாதனத்தை இசைத்தாரா, எந்த சநாதனத்திற்குள்ளும்–முற்போக்கு பின் நவீன சநாதனம் உட்பட எதற்குள்ளும் அடங்கமுடியாத கூட்டு மனநிலையின் பிரம்மாண்டத்தை இசைத்தாரா என்பது புரியவரும்.

India 24 Hours என்பது இளையராஜாவின் மூன்றாவது இசைக் கோலத் தொகுதி. அதைப் பற்றியும் குறிப்பிட்டு அதில் உள்ள வேத முழக்கத்தையும் அ.மா கூறியிருக்கலாம். தையதா தையதோ எனத் தொடங்கும் அந்த இசைக்கோலம் ஒவ்வொரு இசைக்கட்டமும் புராதன–ஆதிவாசித் தாளமான தையதா தையதோவை எப்படித் தனது அடிப்படையாகக் கொண்டிருக்கிறது என்பதை நினைவூட்டிக் கொண்டே இருக்கிறது. நாம் எல்லோரும் அடிப்படையில் காட்டுமிராண்டிகள்தானே என்ற இளையராஜாவின் குரல் பல வாத்தியங்களூடாக ஒலித்துக்கொண்டே இருக்கிறது. இதிலும் ஒலிக்கிறது. 'புனரபி மரணம் புனரபி ஜனனம்' இளையராஜாவின் குரலில் ஆனால், வேறு அர்த்தத்தில். இந்திய இசைக்கருவிகள் மேற்கத்திய சுரங்களை இசைப்பதும் மேற்கத்திய கருவிகள் இந்திய சுரவரிசைகளை இசைப்பதும் என நடக்கும் ஊடாட்டம் நம்மை பல்வேறு கலாச்சார, இடைவெளிகளுக்கு அழைத்துச் செல்கிறது. இந்தியா என்பது சநாதனமோ, பிராமணியமோ, வைதீக நம்பிக்கைகளோ அல்ல. பல்வேறு நினைவுகளின் கலப்பும் தொகுப்பும், இதில் யார் முன்? யார்மேல்? என்றெல்லாம்

கேட்டபடி ஒலிக்கும் இந்த இசைக்கோலம் மனித வாடைகளையும், மண்ணின் வாடைகளையும், தாவர வாடைகளையும் வீசியபடி உள்ளது. இதை, எந்த கருப்பினக் கலைஞரும் தலித் இசையின் அடுத்தகட்ட வளர்ச்சியைக் காட்டவில்லை என்று கூறி மறுத்துவிடமாட்டார்கள். ஏனெனில் அவர்களுக்குத் தெரியும் மால்கம் எக்ஸும், மார்டின் லூதர் கிங்கும் கூறிய Black Soul என்பது எவ்வளவு பரந்து விரிந்தது `என்பது. இருவரும் பல வகையில் முரண்பட்டபோதும் ஒரு இடத்தில் ஒன்றுபட்டார்கள்; கருப்பினமே இறைவனுக்கு நெருக்கத்தில் உள்ளது. (Black race is closer to God)

இளையராஜாவின் மேற்குறித்த மூன்று இசைக் கோலங்களேகூட போதுமானது. அவரை உலக இசைக்கலைஞர்கள் கொண்டாட ஆனால் நமக்கு அவை எதற்கும் உதவாதது. ஏனெனில் **அவை கர்நாடக இசை ராக அடிப்படையிலிருந்து விலகாதவை. நமது மண்ணின் மரபு என்பதாக நாட்டுப்புற இசையின் தாளகதிகளை ஏற்காதவை.** அவற்றை மேற்கத்திய மெலடி, ஹார்மனி ஆகிய இசைப் போக்குகளுடனும் நவீன கருப்பிசை வடிவங்களுடனும் இணைத்து புதிய ஆக்கங்களை உருவாக்காதவை என அ.மா இளையராஜாமீது வைக்கும் இந்தக் குற்றச்சாட்டுகள், குறைகள் சுயநினைவுடைய எவரையும் திடுக்கிட வைக்கும் என்பதில் சந்தேகம் இல்லை.

இளையராஜாதானே இங்கு கர்நாடக இசை ராக அடிப்படைகளிலிருந்து படைப்பாற்றலுடன் பல்வேறு வகையில் விலகியவர். இசைமரபு என்றால் நாட்டுப்புற மரபுகள்தான் அளவிடமுடியா வகைகளை உடையவை என்பதைக் கூறியவர். புதிய தாள வரிசைகளை, இணைகளை உருவாக்கியவர். மேற்கத்திய மெலடி, ஹார்மனி என்பவற்றையும் சாதாரணமாக Poly motifs, Instrumental Polyphoney போன்றவற்றைக் கையாண்டவர். ஒரு பாடலிலேயே பெரும் சிம்பொனியின் சாயலைக் கொண்டு வந்தவர். (மீண்டும் கேட்டுப் பார்க்கவும் ஏதோ மோகம் ஏதோ தாகம்–கோழி கூவுது,–தென்றல் வந்து தீண்டும்போது என்ன வண்ணம்,–அவதாரம், நீ பார்த்த பார்வைக்கு நன்றி–ஹேராம் போன்ற ஒரு நூற்றுக்கும்மேல்) ஒரு மெலடி வடிவத்திற்குள் Concerto வடிவத்தையும் Sonata வடிவத்தையும் கலந்து நூதன Concerto தன்மையைக் கொண்டுவந்தவர். இந்திய சிறு மரபிசைகளின் அழகுகளைத் தொகுத்து அழகிய சேர்க்கைகளை உருவாக்கியவர். ஷெனாய், காஷெனாய், தில்ரூபா, சாரங்கி, பலவித

புல்லாங்குழல்கள் போன்றவை நாட்டார் மரபிசை கருவிகள்; இவை இளையராஜாவிடம் எத்தனைவிதமாகப் பயன்பட்டிருக்கின்றன. அ.மா வைக்கும் குற்றச்சாட்டுகள், குறைபாடுகள், நிதானம் தவறியவையாக, விபரம் தெரியாத ஒருவரின் வாசகங்களாக வந்து விழுகின்றன. இளையராஜாவை தகுதிநீக்கம் செய்ய அவர் பயன்படுத்தும் இன்னொரு வாதம் மாற்றங்களின்றி தேங்கிப் புழுத்த நமது சாஸ்திரிய இசையைத்தான் இளையராஜா தமது மரபிசையாகவும் ஏற்றுக் கொண்டார் என்பது. முதலில், இளையராஜா எங்கும் அப்படி முடிந்த முடிவாகக் கூறவில்லை என்பதை நாம் நினைவில் கொள்ள வேண்டும். அவரது இசையிலும் எங்கும் அப்படி நேர்ந்துவிடவில்லை. இன்று இந்தியாவின் இசையமைப்பாளர்கள், இசைக் கலைஞர்கள் எல்லோரும் இந்திய சாஸ்திரிய மரபுகள் இன்றி எதையும் செய்வதும் இல்லை. சாஸ்திரிய மரபு என்பது ஒன்றாக இல்லை–பரவலாக உள்ளது. கர்னாடக இசையும், இந்துஸ்தானியும், இருவேறு பெரு மரபுகள். வட இந்திய சிறு மரபுகள் பல உள்ளன. இவை குறிப்பிட்ட வடிவமும் முறையும் தன்மையும் உடையவை. இவற்றை இசைப்பவர்கள் பாரம்பரியக் கலைஞர்கள். பல இசைக் கலைகள் சாதி வகையில் மட்டுமே தொடர்கின்றன. சில குலங்கள் மட்டுமே அறிந்த அபூர்வமான இசைகளும் உள்ளன. உதாரணம்–ராஜஸ்தானி லங்கா, மாங்கினியா என்ற இரு பிரிவு மக்கள் சாரங்கி, கமாச்சியா என்ற இருவேறு இசைக் கருவிகளைத் தனித்தனியே கையாள்கின்றனர். தவிலும், நாயனமும்கூட குலமுறை இசைகள்தானே. இவை அனைத்தும் மரபிசை வடிவங்களே. ஆனால் அ.மா கூற்றுப்படி, சாஸ்திரீய இசை என்றலே கர்னாடக சாஸ்திரீய இசை மட்டும்தான் இருக்கிறது. இது, அவரது புரிதலில் நேர்ந்த பெரும் பிழை.

அடுத்தது, கர்னாடக இசை மாற்றங்களின்றி தேங்கி விடவும் இல்லை. அது பல்வேறு மாற்றங்களை அடைந்து வந்துள்ளது. விஜயநகர காலத்திற்குப் பின்பு உருவான கர்னாடக சாஸ்திரீய இசை என்றால் என்ன? தமிழிசையில் பல நூறு ஆண்டுகளாக உள்ள கலப்பு மரபு, தேவார, திருப்பதிக, பக்தி மரபு, சார்ந்தும் ஓதுவார், ஆழ்வார் மரபுகளை சார்ந்தும் மக்களையும் கோயிலையும் சமயத்தையும் இணைத்த மரபுகள் இங்கு உள்ளன. இதில் மக்களிடமிருந்து அந்நியப்படலாயிற்று என்று கூற ஏதும் இல்லை. இசையில் தீண்டாமை புகுந்தது என்று கூறுவது மட்டும்தான் பொருந்தும். ஒடுக்கப்பட்ட மக்கள் அனைத்திலிருந்தும் வெளியே வைக்கப்பட்டிருந்தது நேர்ந்தது. அவர்களுக்கென்று தனி இசை உருவாக இது வழிசெய்தது. இது வரலாற்று

அநீதி. இந்தக் கோபத்துடன் எல்லா இசைகளையும் மறுக்க ஒரு ஒடுக்கப்பட்டவருக்கு உரிமை உண்டு. அதேசமயம், இந்த மக்களிடமிருந்து கைக்கொள்ளப்பட்ட இசை வடிவங்களையும் சேர்த்தே முழுமையாகக் கைப்பற்றிக் கொள்ளும் உரிமையும் தேவையுங்கூட உண்டு. மண் உரிமை மறுக்கப்பட்ட மக்கள் மண்மீட்புப் போராட்டம் செய்வதுபோல.

இது இப்படி இருக்க, அ.மா. கருத்துப்படி கர்னாடக இசை பார்ப்பனர்களுக்கு உரியது. இதில்தான் பிரச்சினை உள்ளது. இங்கு இசைக் கலைஞர்கள், நடனக் கலைஞர்கள் மரபுவழியாக அவமானப்படுத்தப்பட்டு, இழிவுப்படுத்தப்பட்டு வாழ்ந்தவர்கள், தவிலும் நாதசுரமும் பிராமணர்களாக இருந்தாலும் இசை மும்மூர்த்திகள் என்ற தமிழிசையாளர்கள் பிராமணர்கள் இல்லை. பரதம் என்று இன்று வழங்கும் சதிர்கூட பிராமணர்களுடையது அல்ல. இவை அனைத்தும் பத்தொன்பதில் பிற்பகுதியில் தொடங்கி இருபதின் முற்பகுதியில்லதான் பிராமணர்களால் ஏற்கப்பட்டு பின்பு கையகப்படுத்தப்பட்டவை. குறிப்பாக இசைப்பதிவு, புதியவகை கச்சேரி போன்றவை உருவானபின், இந்நிலையில் கர்னாடக சங்கீதத்தை பிராமணர்களின் இசையாகச் சொல்வது ஆதாரமற்றது. தியாகையர் போன்றவர்கள் பிராமணர்களிடையே கீழ்ப்பட்டவர்களாக வாழ்ந்தவர்கள். திருவாரூர் இசைவிழாவை ஏற்படுத்திய தேவதாசி மரபில் வந்த பெண்மணிக்கு இந்த முரண்பாடு புரிந்துள்ளது. சரி எப்படியோ கர்னாடக இசை ஜமீன்தார்களாலும் பெருந்தலைவர்களாலும் அடிமைப்படுத்தப்பட்டது என்பது உண்மை. அதற்கு வேறு உள்ளடக்கமே இல்லையா? 72 மேள கர்த்தா ராகங்கள் என இசையை சிறையிட்டு முடக்கிய இந்த மரபுதான் மனோதர்மமே இசையின் உச்சம் என்றும் கூறி வைத்திருக்கிறது. இலட்சன ராகங்களை இசைப்பதைவிட இலட்சிய ராகங்களை இசைப்பதையே உயர்வாகக் கொண்டாடியது. ஏனெனில் இது பிராமணர்களால் எடுத்துக் கொள்ளப்பட்டாலும் அவர்களால் உருவானதல்ல. இந்திய நவீன மருத்துவப் படிப்புகள் ஆரம்பத்தில் பிராமணர்களால் கையகப்படுத்தப்பட்டது. அதற்காக அதை பிற சாதியர் விட்டுவிட வேண்டியதுதானா?

நாயக்கர் மற்றும் மராட்டிய ஆட்சிக் காலங்களில் கர்னாடக இசையின் ராகங்களுக்குப் பெயர் மாற்றப்பட்டனவே தவிர, புதிதாக உருவாக்கப்பட்டவை அல்ல. புதிய அரசு ஆட்சிமுறையின் மூலம் இசையும் நடனமும் புதிய நிறுவனமாயின. சோழர்கால கோயில் கலாச்சாரத்தின் தொடர்ச்சியாகவே நடனமும், இசையும் இன்றுள்ள நிலைக்கு நகர்த்தப்பட்டன. கர்னாடக

இசை தமிழிசையின் பெயர் மாற்றப்பட்ட வடிவம்தான் என்பதை இசை ஆய்வாளர்கள் தொடர்ந்து சொல்லிக் கொண்டுதான் இருக்கிறார்கள்.

கேளிக்கை, கொண்டாட்டம், உடலசைவு (ஆட்டம்) என்பதிலிருந்து இசை பிரிக்கப்பட்டது என்று அ.மா கூறுவது எதைப்பற்றி என்று தெரியவில்லை. உயர் சாதியினரின் கேளிக்கை கொண்டாட்டம் உடலசைவுடன் இணைக்கப்பட்டது என்பதும் தாசி ஆட்டம் எனப்பட்ட சதிர் பிறருக்கான கேளிக்கையாக மாற்றப்பட்டது என்பதும்தான் ஆவணப்படுத்தப்பட்டுள்ளது. (ஆனந்தரங்கப்பிள்ளை நாட்குறிப்புகளில் விரிவாகக் கூறப்பட்ட பகுதி இது.)

பக்தி, சிருங்காரம் முதலான உணர்வுகளோடு மட்டும் இசை இணைக்கப்பட்டு வாழ்வின் பிற அம்சங்களிலிருந்து இசை துண்டாடப்பட்டது என்று அ.மா கூறுவது மேற்குக்கும் பொருந்தும். மேற்கத்திய செவ்விசையில் சிருங்காரம்கூட நீக்கப்பட்டு பக்திக்கானதும் தொன்மக் கதைகளுக்கானதாக மட்டுமே இசை அனுமதிக்கப்பட்ட காலம் உண்டு. அ.மா.வின் அதிசயமான கவனிப்பு ஒன்றைப் பாருங்கள். எனக்குத் தெரிந்து **உடலை அசைக்காமல் ஓரிடத்தில் சப்பணம் போட்டு அமர்ந்து கொண்டு இசைப்பதென்பது இந்திய மரபில் மட்டுமே உண்டு.** சீன, ஜப்பானிய மரபுகளிலும், மேற்கின் மரபிலும் இசைக் கருவிகளை வாசிப்பவர்கள் உட்கார்ந்துகொண்டு (சப்பணம் போடாமல் நாற்காலியில் என்பதாக இருப்பதால் புரட்சிகரமாக மாற வாய்ப்பு இருக்கலாம்) வாசிப்பதுதான் இன்றும் இருக்கிறது. பெரும் கன்சர்டோவில் கண்டக்டர் தவிர பிறரின் கண்கள்கூட அசைவது இல்லை. சாரங்கி, கமாச்சியா போன்ற ராஜஸ்தானிய நாட்டுப்புற வாத்தியங்களை வாசிப்பவர்களும் உட்கார்ந்துதான் வாசிக்க வேண்டியிருக்கிறது நாட்டியத்தில் ஆடுபவர் தவிர வாத்திய, பாடல் கலைஞர்கள் உட்கார்ந்துதான் இருக்க வேண்டி இருக்கிறது. தவில், நாதசுரம் போன்றவற்றை உட்கார்ந்து வாசிப்பது வசதியானது. இதற்கெல்லாம் என்ன செய்ய முடியும். நமக்குத் தெரிந்ததை வைத்து இதெல்லாம் தேவை இல்லை என்று கூறிவிடுவதா.

அ.மா.வின் இன்னொரு பெரும் கண்டுபிடிப்பு–**இசையில் இங்கு அகவயக் கூறுகள் முதன்மைப்பட்டன. மலை, கடல் என்றெல்லாம் இங்கே இசை ஆக்கங்கள் உருப்பெறவில்லை. இசையென்பதே அகம் சார்ந்ததுதான்.** ஒருபுறம் சரி, பண்வகைகளில் நிலம்,

காலம், பருவகால வேறுபாடுகள் முக்கியமானவை. ராகங்கள் பல நிலவியல் அடிப்படையில் உருவாக்கப்பட்டவை. மழையும் காற்றும் அலையும் ராகங்களில் இடம்பெறத் தடையில்லை. மேற்கின் இசையிலும் இதே தன்மைதான். Lyric, Motif என்பதில் எதையும் இணைக்க இசை வழிவகுத்து இருக்கிறது மாமழை போற்றுதும் எனப்பாடியும் இசைத்தும் பாருங்கள், திக்குகள் எட்டும் சிதறி எனப்பாட ராகம் இடம் தரவில்லையா என்ன? ஜன்ய ராகங்கள் எத்தனை ஆயிரம் உள்ளன கட்டுப்படுத்த யாருக்கு அதிகாரம் உள்ளது. தோடியை மட்டுமே நாதசுரத்தில் ஒரு நாள் முழுக்க வாசித்தால் வேண்டாம் எனச் சொல்ல எஜமான் உண்டா என்ன. இது போன்ற கருத்துகளைச் சொல்ல அ.மா.க்கு எப்படி முடிந்தது என்று தோன்றலாம். அவர், நமது சாஸ்திரீய இசை பற்றி இப்படிச் சிலவற்றை நினைவு கூற (அப்படி ஒன்றே ஒன்று இல்லை என்பதை எப்போது நினைவு கூறுவது) மேற்கத்திய இசை வரலாற்றை ஒரு மூன்று கட்டங்களாக (தவறாக) பிரித்துப் பார்த்துப் புரிந்து கொண்டதுதான் காரணம்.

முதலில் மேற்கத்திய இசையை ஒன்றிற்குள் அடக்குவதே தவறான அணுகுமுறையும் அறிதல்முறையும் ஆகும். இது ஒருபுறம் இருக்க, இசை வரலாற்றை மூன்று கட்டங்களாக யார் பிரித்துக் கூறியிருக்கிறார்கள்? மேற்கத்திய செவ்வியல் ஒரு திசையிலும் கண்ட்ரி மற்றும் நாடோடி மரபுகள் வேறு திசையிலும் வளர்ந்தவை. நவீன மேற்கத்திய இசை இவை அனைத்திலிருந்தும் பலவற்றை எடுத்துக் கலந்து உருவாக்கப்பட்டது. இது மேலோட்டமான ஒரு வரைபடம். இங்கு அ.மா கூறுவது Grand Masters என்று கூறப்படும் Composer கள் அடையாளம் காட்டும் ஒரு இசை மரபாகத்தான் இருக்க வேண்டும் என்று நாம் புரிந்து கொள்வோம்.

அ.மா கூறுகிறார் தொழிற்புரட்சி, முதலாளியம் ஆகியவற்றிற்கு முந்திய காலகட்டங்களில் இசை பாடாந்தரமாகவே கையளிக்கப்பட்டு வந்தது. அதாவது Notation இல்லை. அவை எழுதப்படவில்லை என்ற பொருளில். இசை உருவாக்குபவர் (Composer) இசைப்பவன் (Player) (Player என்று கூறுவது இல்லை Musician என்பது வழக்கு) என்கிற வேலைப்பிரிவினை இல்லை என்றும் கூறுகிறார். ஆனால் Gregorian Chant என்பவை 6ஆம் நூற்றாண்டிலிருந்தே எழுதி பாதுகாக்கப்பட்டு, முறையாக தேவாலயங்களில் வாசிக்கப்பட்டன. அதாவது, எழுதப்பட்ட நொட்டேஷனின் ஆரம்பம் இது. இந்த முறையை Neumes என்று அழைத்தார்கள். பிரான்ஸில் 12ஆம் நூற்றாண்டிலிருந்தே Organum என்ற வடிவம் எழுதப்பட்டது.

இத்தாலியில் மிக அதிகமாக இது புழக்கத்தில் இருந்தது. இதற்கும் தொழிற்புரட்சிக்கும் எந்தத் தொடர்பும் இல்லை. அடுத்தது Composerகள் உருவாக்கிய இசை வடிவங்கள் Completed work என்று இசைக் கலைஞர் யாரும் கூறுவது இல்லை. ஏனெனில் Conductor கள் இதை எப்படி சமைக்கிறார்கள் என்பதைப் பொருத்தே இசை வடிவம் தரப்படுகிறது. மேலும் Improvisation என்பதற்கு இடமளித்தே, இடைவெளிவிட்டே Chords என்ற பகுதியுடன் இசை எழுதப்பட்டது. Basso Continuo, Through Bass, Figured bass என்பவை இசைக்கருவி இசைப்பவர்களுக்காகவே விடப்பட்ட பகுதிகள். அதனால் எந்த ஒரு Compositionயும் முடிந்த ஒன்றாக இசைப்பவர்களுக்கு இடமற்றதாகக் கூற முடியாது. Improvisation என்பது Classical என்பதில் முக்கியப் பங்கு வகிப்பது. இந்நிலையில், படைப்பாளி என்ற திரு உரு உருவாகும் காலம் பற்றி அ.மா. கூறுவது அடிப்படையில் தவறானது.

மேற்கத்திய Art Music தன்னை புராதனத்தில் தொடங்கி Mass chant என்ற தேவாலய இசை வழியாக நாட்டார் மரபைப் புரிந்துகொண்டு இத்தாலி மறுமலர்ச்சியைத் தொட்டு பிறகு பரோக் என்ற நிலையை அடைந்து Classic என்ற வடிவத்தை எடுப்பதாக மேலோட்டமாக விளக்கும். இதில் பிரான்ஸ், இத்தாலி, இங்கிலாந்து, ஜெர்மனி, ஆஸ்திரியா போன்றவை தனித்தனியே ஈடுபட்டு பிறகு ஒன்றிணைந்தன. கண்டம் தழுவிய இசையாகி கிருத்துவ சமய இசையாக இணைந்துதான் பிற்கால புத்திசைகளாக அவை வளர்ந்தன. Sacred இசை, Secular இசை என்றும் ஒரே சமயத்தில் பிரிவுகள் இருந்தன. Carnival Music மற்றும் Country Music என்பவை இவற்றிற்கு இணையாகவே இருந்தன. ஒருவகையில், தேவாலயத்தைச் சுற்றித்தான் இவை இருந்தன என்பதையும், அரண்மனைகள், சவ அடக்கம், பெருவிழாக்கள் போன்றவற்றில் புழங்கின என்பதையும் வரலாறு மறைக்கவில்லை. J.J Bach தொடங்கி Igor Stravinsky வரை இதற்கு உள்ளே வெளியே விளையாடியவர்கள். இதற்குப்பின் உள்ள வரலாற்று, அரசியல், சமூக பெருமாற்றங்கள் கொஞ்சநஞ்சமானது அல்ல. இவற்றைத் தாண்டிவராத இந்தியச் சமூகத்திலிருந்து ஒரு நவீன இசைக்கலைஞன் உருவாவது என்பது மிகக் கடினமானது.

இதன் பின்னணியை தவறாகப் புரிந்துகொண்டதால்தான் அ.மா சமகாலச் சூழலை இசை வளர்ச்சிப் போக்கின் மூன்றாவது கட்டமாகச் சொல்ல முடிகிறது. இன்றுள்ள தொழில்நுட்பத்தின் அடிப்படையில் யாரும் இசைக் கோலங்களை உருவாக்கிவிட

முடியும் என்று அவர் கூறுவது, விஞ்ஞானம் படித்த யாரும் வேறு கிரகத்திற்குச் சென்று விடலாம் என்பதுபோலத்தான். உண்மையில் உயர்தொழில்நுட்பம் கற்பனையை மனிதர்களிடமிருந்து விலக்கி வைத்திருப்பதுடன் இசைக் கருவி வாசிப்பவர்களையும் கலைஞர்களையும் உயிரற்றவர்களாகச் செய்திருக்கிறது. வேகம், வேகம் எல்லாவற்றிலும் வேகம் என்று இதனைக் கொண்டாடும் அ.மாதான் **இந்த மண்ணுக்குரிய இந்த காலத்திற்குரிய** என்று எதையோ கடைசியாகக் கூறி இளையராஜாவை மறுக்க தனது மக்கள் திலக நிலைப்பாட்டையும் முன்வைக்கிறார்.

* * *

இளையராஜாவை தகர்க்க அ.மா இளைஞர்களின் ரசனையை மிகப்பெரும் ஆயுதமாகக் கொண்டு வருகிறார். எழுபது சதம் இந்தியர்கள் பற்றியும் வெகுசன ரசனையைத் தீர்மானிப்பதில் இவர்கள் முக்கியப் பங்கு வகிப்பது பற்றியும் மிகத் தீவிரமாகக் கவலைப்படுகிறார். நம்முன் இருக்கும் முக்கியக் கேள்விகள்; இவர் சொல்லும் எழுபது சதம் இந்தியர்கள் இறைமறுப்பாளர்களா? இல்லை மதமறுப்பாளர்களா? இந்துமதம் என்ற கூட்டு மதத்தின் ஏதோ ஒரு பிரிவுக்குள் அடங்காதவர்களா? இவர்களில் யார் தலித் இசையின் அடுத்தகட்ட வளர்ச்சிப்போக்கைப் பற்றிக் கவலைப்படுவது? அல்லது தலித் சமூகம் என்ற ஒன்றைப்பற்றியோ அதில் பிறக்கும் தனிமனிதர் ஒருவரின் வலிகள் பற்றியோ இந்த எழுபது சதம் என்ன தெரிந்து வைத்திருக்கிறது? நுகர்பொருள் கலாச்சாரத்தின், வேகம் வேகம் எல்லாவற்றிலும் வேகம் என்ற மாபெரும் தத்துவத்தை மிகச் சரியாகத் திட்டமிட்டு செயல்படுத்துபவர்கள் நகர்ப்புற பிராமணச் சமூகமும் உயர்சாதிக் குழுக்களும்தானே. இந்த வேகத்தைக் கொண்டாட உலகமயமாதலின் உயர் தொழில்மயமாதலின் இயந்திர சக்திகளின்கீழ் நசுங்கிக் கொண்டிருப்பதும் இந்த எழுபது சதம் இந்தியர்கள் தானே. இவர்களில் எத்தனை பேர் பக்தி தேவையில்லை என்பது, எத்தனை பேர் ரதயாத்திரை தேவையில்லை என்பது எத்தனை பேர் இந்துத்துவமயமாதலின் கொடூரத்தைப் புரிந்துகொண்டது என்பதெல்லாம் மிகப் பெரும் கேள்விகள்.

இந்நிலையில், இவர்களுக்கான இசை என்பது மிகக் குழப்பமான ஒன்று. கானாப் பாடல்களில் அய்யப்பன் பக்தியும் எம்.ஜி.ஆர் புகழ் மாலையும் கேட்பதை யாரும் திட்டமிட்டுச் செய்வதில்லை. ஆனால் நிகழ்கிறது.

எண்பதுகளுக்குப்பின் திரை இசை அமைப்பில் ஏற்பட்ட ஒரு மாற்றம் என்ன பல மாற்றங்கள் உள்ளன. இத்துடன் பொருளாதார, அரசியல், சமூக, உலகமயமாதலின் மாற்றங்களையும் சேர்த்துதான் பேச வேண்டும். இவற்றை விட்டுவிட்டு குறிப்பாக, இடுப்புப் பகுதிகளின் அசைவு பற்றி மட்டும் புல்லரிக்க முடியாது. யாருடைய இடுப்பை யார் ஆட்டி வைப்பது, எந்த விலை கொடுத்து அந்த ஆட்டம் வாங்கப்படுகிறது, திரையில் ஆடும் இடுப்பு ஒரு சமூகத்தின் இடுப்புடன் என்ன உறவுடையது, உண்மையான இடுப்புகளுக்கு என்ன நேர்ந்தது என்றெல்லாம் கேள்விகள் பெருகவேண்டிய காலம் இது. ஆனால் அ.மா இளையராஜாவை ஒன்றுமில்லையெனச் சொல்ல எது எதையோ பாராட்டி, புலகித்து புதிய ஞான உபதேசம் செய்கிறார். எந்தக் கலையின் வளர்ச்சியிலும் ஒரு போக்கு முடிந்து இன்னொரு போக்கு உருவாவதென்பது தவிர்க்க இயலாதது. அதற்கென்ன இப்போது? இளையராஜா ஒவ்வொரு போக்கையும் புரிந்துதான் தனது இசையை இன்றுவரைத் தொடர்ந்து கொண்டிருக்கிறார். அ.மா சொல்ல விரும்புவது இளையராஜாவே முடிந்துபோன ஒரு கலைஞர் என்பதைத்தான். ஆனால், எப்படி என்பதுதான் அவரால் தெளிவுபடுத்தப்படாமல் போகிறது.

இளையராஜாவின் ஆன்மிக, இறைநம்பிக்கையை இந்துத்துவ பயங்கரவாதத்துடன் இணைத்துச் சொல்லிவிட்டால் எல்லாவற்றையும் ஒரே போடாகப் போட்டுவிடலாம் என்று அ.மா நம்பியதன் விளைவு இது. இஸ்லாத்தை பயங்கரவாதத்துடன் இணைத்துவிட்டால் அதன் இறையியல் பற்றி பேச என்ன இருக்கிறது. கிருத்துவத்தை நிறவெறியுடன் இணைத்துவிட்டால் மற்ற விடுதலைக் கூறுகள் பற்றி என்ன பேச இருக்கிறது. இந்துவாக இருப்பதும் இந்துத்துவ அரசியல்-சமூக வன்கொள்கையுடன் இருப்பதும் ஒன்றே என்று சொல்வது, பிற சனநாயக சுதந்திர சக்திகளை மிக மோசமாக முத்திரை குத்தும் ஒரு செயல். அ.மா இளையராஜா பற்றிய கட்டுரையில் இந்த நிர்ப்பந்த முத்திரையை ஒரு ஆயுதமாகக் கொண்டே தனது பேச்சைத் தொடர்கிறார்.

தலித் மக்களில் யாரும் இளையராஜாவை மறுக்கவில்லை. மறக்கவில்லை. உள்நோக்கிச் செலுத்துகிற, அமைதியில் ஆழ்த்துகிற பகுதியை மட்டும் மையமாகக் கொண்ட இசை அல்ல இளையராஜாவுடையது என்பது அவர்களுக்கும், இசையை நேசிக்கும் சுதந்திர மனம் உடையவர்களுக்கும் ஐயத்திற்கு இடமின்றி

தெரிந்தே இருக்கிறது. ஆனால், தலித் என்ற ஒரு காரணத்தினால் இளையராஜாவை மறக்கடிப்பு செய்ய நினைக்கும் அ.மா க்குத்தான் அது தெரியவில்லை.

* * *

அ.மா இன்றைய இசையமைப்பாளர்களாக யாரை வேண்டுமானாலும் கூறட்டும். ஆனால், இளையராஜா இசை அமைப்பாளர் மட்டும் இல்லை. அவர் ஒரு இசைக் கலைஞர். இசைப் படைப்பாளி, மாபெரும் கலைஞர்கள் சில ஆண்டுகள் செலவுசெய்து பித்தநிலையில் எழுதிமுடிக்கும் இசையை சில நாட்களில் எழுதிமுடிக்கும் விபரீத வேகம்கொண்ட ஒரு அதிசயக் கலைஞர்.

* * *

அ.மாவின் வேறு சில உள்நோக்கங்கள் புரிந்துகொள்ள முடியாததாக உள்ளது. அவற்றையும் இங்கு குறிப்பிட்டுச் சொல்லிவிட வேண்டும். அவர் திரையிசையில் நேர்ந்த பல மாற்றாங்களைக் குறிப்பிடுகிறார். அவற்றைக்கூட செய்தவர் இளையராஜா என்பதை மறைத்துவிட்டு 'ரஹ்மான்' என்று புளகாங்கிதம் அடைகிறார். **சின்ன சின்ன ஆசை** முன்னுக்கு வந்தது என்று மகிழும் இவர் அது இளையராஜாவின் Pattern இல் அமைந்த ஒரு பாடல் என்பதையோ, கர்நாடக ராகத்தின் சாயலைக் கொண்டது என்பதையோ மறைத்து விடுகிறார். பிறகு ரஹ்மானும் தேவாவும் மட்டுமல்ல எல்லா இசையமைப்பாளர்களும் தங்கள் இசையில் எழுபது சதம் கர்னாடக இசை மெட்டுகளையே அடிப்படையாகவும் மாறுபாடுகளுடனும் கையாள்கிறார்கள் என்பதும் அவையே அதிகம் வரவேற்பைப் பெருகின்றன என்பதும் அ.மாவிற்கு யாரும் சொல்லித்தரவில்லைபோல் இருக்கிறது. 'ராக்கம்மா கையத் தட்டு' எனத் தொடங்கும் பாடலில் இளையராஜா தொடங்கி வைத்த துரித தாவல் முறை மற்றும் Mixed Pattern என்பவைதானே இன்றுவரை பல திரை இசையமைப்பாளர்களுக்கு வாய்பாடாக உள்ளது. இதையெல்லாம் அ.மா விரிவாகத் தெரிந்துகொண்டு பேசுவது நல்லது.

ரஹ்மான் உண்மையிலேயே ஒரு புயலாக பிரவேசித்தாலும் ஆண்டுக்கு ஆறு பாடல் வேகத்திற்கு வீசுவதால் அவரது இசை பற்றிப் பேச இன்னும் இருபது ஆண்டுகள் தேவைப்படும். அவர்

கற்பனை வளமுடைய, இசைக்கோர்ப்பில் ரசனை உடைய ஒரு கலைஞர் என்பதை இசையை நேசிக்கும் யாரும் மறுத்துவிட முடியாது. அவர் இறைவனே எல்லா இசையையும் வழங்குவதாகக் குறிப்பிடுவதாலும் தனக்கு இறைத்தியானமும் தொழுகையுமே சக்தி அளிக்கின்றன என்று சொல்லுவதாலும், உணர்வதாலும் அவர் இசைக்கலைஞர் இல்லை என்றும் கூறிவிட முடியாது. அவரது பின்னணி இசையை மறுத்துவிட்டால், ஒரு 20 பாடல்கள் அபாரமானவையே. தேவாவும் தமிழ்திரைக்குப் போதுமான ஒரு இசையமைப்பாளர்தான். இதில் சந்தேகம் இல்லை. அவர் ஒவ்வொரு படத்திற்கும் இசையமைக்க எவ்வளவு சிரமப்படுகிறார் என்பது உற்றுக் கவனிக்கும்போது தெரியும். ஒவ்வொருமுறை இசையமைக்க அமரும் பொழுதும் இளையராஜா, அவரது நினைவுக்கு வருவதாக ஒரு தொலைக்காட்சிப் பெட்டியில் குறிப்பிட்டதும் ராஜாவைப் புகழ்ந்து ஒரு பாடலையே அவர் ஒரு படத்தில் Title Song ஆக வைத்திருக்கிறார் என்பதும் அவரது நேர்மையை உணர்த்துபவை. மேலும் ஆதிபராசக்தியே தன்னை வழி நடத்துவதாகவும் மேல் மருவத்தூர் அம்மாவுக்குத் தொண்டு செய்து கிடப்பதே தன் பிறவிப்பயன் என்றும் அவர் கூறுவதால் அவர் இசையமைக்கவே தகுதியற்றவர் என்று யாரும் கூறிவிட முடியாது.

அ.மா அவர்களுக்கு இப்படி ஒரு வன்மம் உருவாக என்ன காரணம் தெரியவில்லை. நான்கு படங்களுக்கு இசையமைத்து ஒரு படத்தின் மூலம் வெளித்தெரிந்து அதிலும் ஒரு பாடல் மூலம் மட்டுமே அடிக்கடி நினைவூட்டப்படும் ஹாரீஸ் ஜெயராஜ் அவர்களை உலகத்தரத்திற்குக்கூறும் அவர், மிகப் புதிய சேர்க்கையுடன் அதேசமயம், அடர்த்தியான மெட்டுக்களுடன் திரை ரசிகர்களை மயங்கவைத்துக் கொண்டிருக்கும் கார்த்திக் ராஜா, தனது புதிய வகை ஆல்பத்தின் மூலம் வித்தியாசமான முயற்சியும் உடையவராக தன்னை வெளிப்படுத்திக்கொள்ளும் யுவன் சங்கர் ராஜா போன்றவர்களை ஒரு இங்கிதம் கருதிக்கூட குறிப்பிடாதது ஏன்? இவர்கள் சில பத்து படங்களை செய்து வளர்ந்துகொண்டு வருபவர்கள். இவர்கள் பெயர்கூட அ.மாவிற்கு நினைவில் இல்லாமல் போனதற்கு இவரது அபரிமிதமான தலித் பற்றுதான் காரணம் என்று நம்புவதைத் தவிர வேறு வழியில்லை.

ஏனோ இந்தச் சமயத்தில் சோகம் ததும்பும் இளையராஜாவின் குரலில் **உன்குற்றமா என் குற்றமா யாரை நான் குற்றம் சொல்ல** என்ற தமிழ்ப் பாடல் நினைவில் ஒலிக்கிறது.

* * *

பிழைகள் திருத்தங்கள்

அ.மா: மேற்கத்திய இசை வரலாற்றை மூன்று கட்டங்களாகப் பிரித்துப் பார்க்க இயலும்.

திருத்தம்: மேற்கத்திய இசை என்பது (European Art Music) மூன்று வரலாற்றுக் கட்டங்களில் அடங்குவதில்லை அவை. (Antiquity, Middleage, Baroque, Classic, Romantic, Modern, மற்றும் Avant Gradeஎன பல பகுதிகளாகவே வல்லுநர்களால் விளக்கப்படுகிறது. Secular, Country Music என்பவை இன்னும் விரிவான வகை உடையது.

அ.மா: ஒட்டுமொத்தச் சமூகத்தின் பொதுச் சொத்தாகவும் இசை அமைந்தது.

திருத்தம்: எப்போது அமைந்தது? புராதனச் சமூகங்களில் இனக்குழு, சமூகங்களில் இசைச் சடங்குடன் தொடர்புடையதால் சிலர் அவற்றைக் கையாள பரம்பரையாகப் பழகி வந்தார்கள். பிறர் அதனுடன் இணைந்து ஆடவோ, பாடவோ செய்தார்கள். இசையைப் பெறுதல் என்ற வகையில் பொதுத்தன்மையும் உருவாக்குதலில் கலைத் தொழில்நுட்பமும் முக்கியப்படுத்தப்பட்டன. மேற்கில் பிரார்த்தனை, ஜபம் என்ற வகையில் தேவாலயத்திற்குள் மக்களுக்குக் கூட்டிசை பழக்கப்பட்டது. ஆனால், இசைக் கருவி வாசித்தல் எப்போதும் ஒரு சிலரால் மட்டுமே பழக்கப்பட்டது. Country Musician மற்றும் Gypsy band என்பவை அதனால்தான் உருவாக முடிந்தது. இந்தியச் சமூகங்களில்கூட நாட்டுப்புற மரபுகளில் குலமுறை இசைக்கலைஞர்கள் எனச் சிலர்தான் அதைத் தொடர்ந்து செய்து வருகிறார்களே தவிர, ஒட்டுமொத்த சமூகம் அல்ல.

அ.மா: இசை நுணுக்கங்களை துல்லியமாகப் பதிவு செய்யக் கூடிய நிலை ஏற்பட்டதால் இந்த நுணுக்கங்களை இசைப்பதற்குப் புதிய இசைக் கருவிகள் தேவையாயின.

திருத்தம்: இசைக் கருவிகளை வைத்துத்தான் இசைக் குறிப்பு எழுதப்பட்டதே தவிர, இசைக் குறிப்புக்காக கருவி உருவாக்கப்பட்டதாக வரலாறு இல்லை. எல்லா இசை மேதைகளும் அப்படித்தான் இசை வடிவங்களை எழுதினார்கள். வயலின் இல்லாத காலத்தில் வயலினுக்கான இசைக் குறிப்புகள் எழுதிய இசை மேதைகள் யாரும் இல்லை. பியானோவை

உருவாக்கி அதில் பல மாற்றங்கள் செய்துபார்த்து அதன் இசைச் சாத்தியங்களை சரிபார்த்த பிறகே அதற்கான இசைக் கற்பனைகள் உருவாக்கப்பட்டன.

அ.மா: துல்லியமான பதிவு சாத்தியமானதென்பது இசை வடிவங்களை முடிந்த ஆக்கங்களாக (completed Works) மாற்றியது.

திருத்தம்: எவ்வளவு துல்லியமான பதிவு சாத்தியமானாலும் ஒரு இசைவடிவம் முடிந்த ஆக்கமாக மாறுவதில்லை. ஒரே ராகம் பல நூறு பாடகர்கள், ஒரே பாடகர் பல நூறு ராகங்கள், ஒரு பாடகர் ஒரு ராகம் பல நூறு ஆலாபனை முறைகள். பீத்தோவனின் ஒன்பது சிம்பொனிகள் மட்டுமே இதுவரை பல நூறு முறைகள் பதிவு செய்யப்பட்டு விட்டன. இத்துடன் இன்றும் நிகழ்த்தப்படும்போது முற்றிலும் புதிதாகவும் அமைகின்றன. இதில் செய்துபார்த்தலின் சாத்தியங்கள்தான் எல்லையற்று விரிகின்றன.

அ.மா: இசைத் தொழில்நுட்பத்தின் அடிப்படையைத் தெரிந்த யாரும் தமது கற்பனைத் திறனுக்கு ஏற்ப புதிய இசைக் கோலங்களை உருவாக்கக்கூடிய நிலை இன்று ஏற்பட்டுள்ளது.

திருத்தம்: இது, எந்த இசைக் கலைஞரும் இதுவரை கூறாதது. Computer, Syntheziser, rythm maker, key board போன்றவை அதிகபட்ச Specialisation சார்ந்தவை. இவற்றை இயக்குவது என்பதும் இசை நுட்பம் என்பதும் வேறு வேறு. ஒரு Software வல்லுநர் நிச்சயம் இசை வல்லுனரின் துணையில்லாமல் ஒரு Scaleஐக்கூட Computerise செய்ய முடியாது. Page maker, Spell checker போன்றவை இருந்தால் யாரும் நாவல் எழுதிவிடலாம் என்பது போன்ற ஒரு கற்பனை இது. அதைவிட, ஒரு வயலினையோ ஒரு புல்லாங்குழலையோ நேரடியாக இசைக்கும் ஒரு அப்பாவிக் கலைஞன் தினம் ஒரு Compositionஐக் கண்டுபிடிக்க முடியும்.

அ.மா: இசையை ஏழு சுரங்களுக்குள் முடக்காமல் ஐந்து அபசுரங்களையும் இணைத்துப் பன்னிரண்டு சுர இசையை (Twelve tonal Music) எக்ஸ்பிரஷனிச பாணியில் உருவாக்கினார். ஆர்னால் ஷோன்பெர்க்.

கூடுதல் தகவல்: கர்னாடக இசையிலும் அராபிய இசைத் தாக்கமுடைய இந்துஸ்தானி இசையிலும் ஏற்கனவே 12 சுரமுறை கையாளப்பட்டு வருகிறது. Twelve note system என்பதுடன் நான்கு சுரங்கள் இணைந்து 16 ஆகவும் கர்னாடக இசை கையாள்வதை

அடிப்படை இசைவகுப்பு சொல்லித் தருகிறது. அது மட்டுமின்றி கல்பனா ஸ்வரம், அநுஸ்வரம் என்பவை சுரங்களின் சாத்தியங்களை கலைஞர்களின் வித்தை நுணுக்கத்திற்கேற்ப விரித்துக்கொள்ள வழிவகுப்பவை. ஒவ்வொரு ஸ்வரமும் 22 முறையில் ஒலிக்கக் கூடிய வகையில் கையாளப்படலாம் என்பது கருணாம்ருத சாகரம் தரும் தகவல். Arnold Schoenberg (1874–1951) உருவாக்கிய Atonal Music என்பது இந்திய இசையிலிருந்து அவர் பெற்ற உந்துதலின் விளைவு என்றும் அது மேற்கிற்கு அதிர்ச்சியூட்டக் கூடியதாக இருந்தது என்பதும் தெரிந்துகொள்ள வேண்டியவை.

அ.மா: இசையில் இங்கு அகவயக் கூறுகள் முதன்மைப் படுத்தப்பட்டன.

திருத்தம்: இசையென்பது புறவயமானது. அகத்தை வெளியே விரிவடைய வைத்து புறத்தை அகத்தில் சங்கேதமாக்கும் நுட்பம் அது. எல்லா இசையுமே ஒருவகையில் அகவயக் கூறுகளை உடையதுதான். அவ்வகையில் பார்த்தால் மேற்கின் இசை அத்தனையும் அகவயக் கூறுகள்தான். அதில்வரும் மழைகூட மனதிற்குள்ளாகப் பெய்யும் மழைதான்.

அ.மா: கர்நாடக இசை ராக அடிப்படையிலிருந்து அவர் (இளையராஜா) விலகி நமது மண்ணின் மரபு என்பதாக நாட்டுப்புற இசையின் தாளகதிகளை ஏற்று அவற்றை மேற்கத்திய மெலடி, ஹார்மனி ஆகிய இசைப் போக்குகளுடனும் நவீன கறுப்பிசை வடிவங்களுடனும் இணைத்துப் புதிய ஆக்கங்களை உருவாக்கினால் இந்த மண்ணுக்குரிய இந்த காலத்துக்குரிய ஒரு ஜாஸ் அல்லது புளூஸ் உருவாகலாம்.

கேள்வி: இளையராஜா முதலிலிருந்து செய்துவந்தவற்றையே கூறிவிட்டு இனிதான் அவர் செய்ய வேண்டும் என்று கூறுவது எவ்வளவு விஷமத்தனமானது. நாட்டுப்புற இசையின் விகாசங்களை உருவாக்கி புதிய வகை மெலடிகளையும் இந்திய இசைக்கே புதிதான தன்மையுடன் ஹார்மனியை அமைத்து கறுப்பிசை வடிவங்களை உள்ளார்ந்து ஓடவிட்டு இளையராஜா பல்வேறு சோதனைகளைச் செய்திருக்கிறார். இவற்றை மறந்துவிட்டு ஜாஸ் அல்லது புளூஸ் என்று எதை இவர் கூறுகிறார்? புளூஸ் என்பது Sound of black soul எனப்படுவது. அதில் துயரம், அழுகை, கனவு, ஏக்கம், எல்லாம் உண்டு. அதேசமயம் Black Gospal என்னும் ஆன்மீக இசையும் அதில்தான் உருவானது. ஜாஸ்

என்பது மேற்கிசையும் ஆப்பிரிக்க இசையும் கலந்தது. கருப்பின விடுதலையுடன் மெல்ல மெல்ல இணைந்து வளர்ந்தது. இவை எப்படி இந்திய மண்ணில் உருவாக முடியும்? மண்ணுக்குரிய என்று கூறிய கட்டுரையாளரே 'வேகம் வேகம் எல்லாவற்றிலும் வேகம்' என்று கூவுவது என்ன அர்த்தம்.

அ.மா கூற வருவது: பக்தியை மட்டும் மய்யமாகக் கொண்ட இசை எனக்குத் தேவையில்லை என்கிற இளைஞர்களின் ரசனையை ரஹ்மான் தேவா, ஹாரிஸ் ஜெயராஜ் இசைகள் பூர்த்தி செய்தன.

எப்படி அது: இளையராஜா இசையில் பக்தி மட்டும் மய்யமாக எப்பொழுது இருந்தது? சில ஒலி நாடாக்கள்–அதற்கான வட்டத்தில் மட்டும் அறியப்பட்டவை. பல ஆயிரம் பாடல்களுக்கு நடுவே அவை மிகக் குறைவு. தியானமும் தொழுகையும் தனது வாழ்வுக்கும் தனது இசைக்கும் அடிப்படை என்னும் ரஹ்மானும், சித்தர் பீடத்திற்கு சேவை செய்து கிடப்பதும், அம்மாவின் அருளில் நனைவதுமே தன் பிறவிப்பயன் என்னும் தேவாவும் பக்திக்கு எதிரானவர்கள் இல்லை. அவர்கள் இசையில் வேகம் வேகம் எல்லாவற்றிலும் வேகம் என்று மயங்கும் ரசிகர்களும் பக்தியை, துறந்தவர்கள் அல்ல.. ஒரே ஒரு பாடலை மட்டுமே புதிய கற்பனையுடன் தந்த ஹாரிஸ் ஜெயராஜ்–உலகத் தரம் என்று கூறும் அ.மார்க்ஸ், இளையராஜாவின் 8000 பாடல்களையும் 2000 மணி நேர பின்புல இசையையும் முடிந்துபோன போக்கு என்று மறுப்பது மிகக் கூர்மையான 'தலித் வெறுப்பை' அடிப்படையாகக் கொண்டது. ஏனெனில் இவர் இசையைப் பற்றி எந்த கவனமும் காட்டாமல் சாதி, சாதி என்பதையே திரும்பத் திரும்ப தனது வாதமாக வைத்து இளையராஜாவை மறுக்கிறார். இசைக்கு வெளியே மட்டும்தான் உனது அடையாளத்தை நான் காட்டுவேன் என்று ஒரு இசைப்படைப்பாளியைக் கூறுவது விஷத்தன்மை நிறைந்த சநாதனம்.

பின்குறிப்பு

1. அ.மார்க்ஸ் தன்னை தலித் அரசியலுக்கு வழிகாட்டும் பெரும் சிந்தனையாளராக நம்புவதால் இளையராஜா பற்றிய விமர்சனப் பார்வையை ஊட்டி வளர்க்க வேண்டியது தனது தலையாயக் கடமையாக நினைத்து தனது கட்டுரையை எழுதியிருக்கிறார். இக்கட்டுரையில் அவர் கையாளும் நாம், நமது, இந்த மண் போன்ற கருத்துநிலைச் சொற்கள் இதற்கு எதிராக உள்ளதுடன், அவர் நம்பும் தலித் அரசியலிலும் குழப்பமானதாக உள்ளது.

சமூகத்தைச் சனநாயகப்படுத்துவதென்பது தலித்தியக்கத்தின் முதற்குறிக்கோள் என்ற இவரின் முழக்கம் புறக்கணிக்கப்பட்டுவிட்ட ஒன்று. தலித்தியக்கத்தின் முதல் குறிக்கோள்; தலித் மக்கள்மீதான தீண்டாமை முதலிய சாதியக் கொடுமைகளிலிருந்து விடுபடுவது. பிற சாதிகளுக்கு இணையான சமூகப் பொருளாதார அரசியல் அதிகாரத்தைப் பெறுவது, சமூகத்தின் சனநாயக உரிமைகளை இணையாகப் பெறுவது, தம் மக்களை பிற சமூகங்களுக்கு இணையாக வளர்த்து, உரிமைகளை மனித மாண்புகளை உறுதி செய்வது, தமது மக்களுக்கு உரிய கலாச்சார சிந்தனை முறைகளை வளர்த்தெடுப்பது போன்றவையே. இதில் சமூகத்தை சனநாயகப்படுத்துவது என்றால் எந்தச் சமூகத்தை? தம்மை அடக்கியும் ஒடுக்கியும் வைக்கும் ஒரு சமூகத்தை சனநாயகப்படுத்துவது, சனநாயக உரிமையே மறுக்கப்பட்ட பகுதிக்கு முதல் குறிக்கோளாக எப்படி மாற முடியும்? இந்தப் பிழையான கருதுகோளைத்தான் அ.மா தலித் அரசியல்மீதும் ஒரு தனித்த இசைக்கலைஞர்மீதும் சுமத்துகிறார். இவர் கூறுகிறார் தகுதியிலும்(?) திறமையிலும் அவர் (இளையராஜா) பார்ப்பனர்களுக்குச் சளைத்தவரில்லை, கலை, சிந்தனை, படைப்பாற்றல் என்றாலே அதற்கான தகுதியும் (?) திறமையும் பார்ப்பனர்களுக்கு மட்டும்தான் உண்டு என்றோ, தகுதி திறமை என்றாலே பார்ப்பனர்களுடன் மட்டும்தான் உறவுடையது என்றோ கூற, எந்தக் கோட்பாடு அல்லது எந்தவகை அரசியல் இடம் தருகிறது?

2. பலரும் சேர்ந்திசைக்கும் கோரஸ் இந்திய மரபு அல்ல! (அ.மா கண்டுபிடிப்பு) வேதம் என்பது சேர்ந்திசைக்கப்படுவது. இன்றுவரை கோரஸ் வடிவத்தில்தான் வேத இசைப்பு நடைபெற்று வருகிறது. அதற்கான பயிற்சி வேதக்கல்வியில் முக்கியமானது. கோரஸ் என்பதாலேயே இந்த இசை புரட்சிகரமானதாக இருக்கும் என்பது வியப்பளிக்கும் ஒன்றுதான்.

3. மேற்கத்திய இசையில் புதிய வடிவத்தை தனது Twelve note system என்பதன் மூலம் அறிமுகப்படுத்திய Arnold Schoenberg (1874-1951)இன் மாணவர், இருபதாம் நூற்றாண்டு நவீன இசையில் பல சோதனை வடிவங்களை உருவாக்கி மேற்குலகை அதிர்ச்சியடைய வைத்தவர். John cage என்ற இசைக்கலைஞர் இவர் ஒரு கலைக் கோட்பாட்டாளரும்கூட. அவர் இசையில் Theatricality என்பதையும் Visual Music என்பதையும் முக்கியப்படுத்தினார். இளையராஜாவின் இசையாக்கங்களில் இவை இரண்டும் அதிகம்.

பிரேம் - ரமேஷ்

ஜான் கேஜ் ஸென் பௌத்தத்தில் திளைத்தவர். மேற்கிசையின் போதாமையை மாற்ற இந்திய இசையிலிருந்து கற்க வேண்டும் என்று அறிவித்தவர். இயற்கை அசைவுகளிலிருந்து இசை தனது பாவனைகளை உருவாக்க வேண்டும் என்று சொன்னவர். குறிப்பாக, இந்திய இசை வடிவங்களில் பிரம்மாண்டங்கள் புதைந்து கிடக்கின்றன என்று கண்டுபிடித்துக் கூறியவர் இவர். பின்நவீனத்துவக் கலைகளின் தன்மை பற்றி விவாதித்தவர். இவர் Devine என்பதற்கும் இசைக்கும் உறவு இருக்கிறது என்று கூறியவர். இவரது இசையை ரசித்தவர்கள் இந்தியப் பின்னணியில் இளையராஜாவை ரசிக்காமல் இருக்க முடியாது. ராஜாவின் India 24 Hours என்ற ஆல்பம் இவ்வகையில் நவீன இசையாக அமைந்துள்ளது.

4. இளையராஜாமீது எங்களுக்கும் ஒரு விமர்சனம் உண்டு இன்னும் எத்தனைக் காலத்திற்கு இந்த உதவாக்கரை சினிமாவுக்காக மட்டும் நேரத்தையும் சக்தியையும் செலவிடுவது. ஆண்டுக்கு ஒன்று வீதம் என்று அவர் தனி இசை ஆல்பங்களை வெளியிட்டால்கூட ஒரு *30* அல்லது *40* படைப்புகள் உலக இசைக்குப் பங்களிப்பாக முடியும் அல்லவா. காலதாமதம் கலைக்கு இடையூறு. இன்னும் எது வேண்டி இந்தக் காத்திருப்பு. இளையராஜா மனம்கொள்ள வேண்டும்.

('பன்முகம்' ஜனவரி-மார்ச் 2003)